Ujasusi Ni Nini?
Na Je Majasusi Wanafanya Kazi Gani Hasa?

Evarist Chahali

Hakimiliki 2023 Evarist Chahali

Kimechapishwa na Evarist Chahali kupitia AdelPhil Consultancy

ISBN 978-1-0686205-2-2

Angalizo la Leseni ya Toleo ya AdelPhil Consultancy

Kitabu hiki kimepewa leseni kwa madhumuni ya kujisomea binafsi tu. Mnunuzi haruhusiwi kukiuza tena au kukigawa. Kama mnunuzi atahitaji kukigawa basi anunue nakala nyingine. Kama unasoma kitabu hiki ilhali hukukinunua au ulikinunua kwa madhumuni ya kukiuza, tafadhali kirejeshe kwa AdelPhil Consultancy. Asante kwa kuthamini kazi kubwa na ngumu iliyofanywa na mwandishi wa kitabu hiki.

KUMBUKUMBU

Kwa marehemu baba Mzee Philemon Chahali na marehemu Mama Adelina Mapango mlionipa malezi bora kabisa ambayo hatimaye yaliniwezesha kulitumikia taifa langu kama Afisa Usalama wa Taifa.

"Ni mojawapo ya kazi bora kabisa... haijalishi ni sehemu ndogo kiasi gani unayohusika... Watu wengi wangefanya chochote kile kuwa ndani ya kazi hiyo. Kumbuka hilo na kushukuru bahati uliyopata. Haijalishi wengine wanafanya nini, timiza wajibu wako vizuri."

- Allen Dulles' 73 Rules of Spycraft

Yaliyomo

UTANGULIZI 5
SURA YA KWANZA: Maana ya UJASUSI 6
SURA YA PILI: Historia ya Ujasusi 15
SURA YA TATU: Aina za Ujasusi 27
SURA YA NNE: Ujasusi wa Kimtandao (Cyberespionage) ni Nini? 41
SURA YA TANO: Ujasusi kama Nyenzo ya Diplomasia 46
SURA YA SITA: Ujasusi Unavyotumika Kidiplomasia 57
SURA YA SABA: Kifuniko (*cover*) cha jasusi 66
SURA YA NANE: Tofauti kati ya Jasusi (spy) na Afisa Usalama wa Taifa (Intelligence Officer) 72
SURA YA TISA: Mtu Anawezaje kuwa Jasusi? [Majasusi Wanapatikanaje?] 78
SURA YA KUMI: Jinsi Jasusi Anavyopata Watoa Habari Nje ya Nchi na Kujipenyeza Eneo Kusudiwa 84
SURA YA KUMI NA MOJA: Majasusi Kazini 93
SURA YA KUMI NA MBILI: Majasusi Kazini - Roho Mkononi 104
SURA YA KUMI NA TATU: Kufuatiliwa (Surveillance) 115
SURA YA KUMI NA NNE: Ujasusi wa Kimtandao (Cyberespionage) ni Nini? 126
SURA YA KUMI NA TANO: Ngono kama nyenzo ya ujasusi [sex espionage a.k.a sexpionage] 135
SURA YA KUMI NA SITA: Maneno/Lugha ya Kijasusi 149
SURA YA KUMI NA SABA: Changamoto zinazokabili ujasusi/majasusi duniani 157
SURA YA KUMI NA NANE: Changamoto zinazokabili ujasusi/majasusi Tanzania 164

SURA YA KUMI NA TISA: Mashirika maarufu ya ujasusi duniani na majasusi maarufu duniani.. 171

Kuhusu mwandishi

Mwandishi wa kitabu hiki, Evarist Chahali, ni Mtanzania mwenye makazi yake jijini Glasgow, Uskochi. Ni mhitimu wa Shahada ya kwanza katika Sosholojia (BA in Sociology) aliyoipata katika Chuo Kikuu cha Dar es Salaam, Tanzania, Shahada ya Uzamili katika Stadi za Vita (Master of Letters in War Studies) na Shahada ya Uzamili katika Utafiti wa Siasa (Master of Research in Political Research) alizopata katika Chuo Kikuu cha Aberdeen.

Amekuwa mwandishi kwa zaidi ya miaka 17. Aliwahi kuwa mwandishi wa makala katika magazeti mbalimbali nchini Tanzania, ikiwa ni pamoja na *'Sanifu,' 'Komesha'' 'Kasheshe,'* *'Kulikoni'* na *'Mtanzania,'* na *'Raia Mwema'* na, hivi karibuni, *'Pambazuko.'*

Kadhalika, mwandishi anamiliki blogu ya *'Kulikoni Ughaibuni'* iliyoanzishwa mwaka 2006 na vijarida vya *'Barua ya Chahali'*, *'Blogu ya Ujasusi'* na Chuo cha Mtandaoni cha AdelPhil (*AdelPhil Online Academy*).

Awali, mwandishi aliwahi kuwa mwalimu katika Shule ya Sekondari ya Eckenforde, Tanga, Tanzania kabla ya kujiunga na utumishi serikalini katika Ofisi ya Rais wa Jamhuri wa Muungano wa Tanzania.

Hivi sasa, licha ya uandishi, anajihusisha usadi (consulting) katika sekta mbalimbali, hususan intelijensia, akiwa mwanzilishi na mmiliki wa kampuni ya usadi ya AdelPhil Consultancy iliyopo Glasgow, Uskochi.

Kitabu hiki ni kwa ajili ya kila mtu. Kinaweza kuwa na manufaa kwa watumishi wa Idara za Usalama wa Taifa, hususan wanaohusika na ujasusi au kuzuwia ujasusi, lakini pia kinaweza kuwa na manufaa kwa msomaji wa kawaida anayetaka kujielimisha kuhusu ujasusi.

Japo dhana iliyotawala ni kwamba taaluma ya intelijensia na maeneo mbalimbali yaliyo ndani yake, ikiwa ni pamoja na ujasusi, ni milki ya dola, ukweli ni kwamba taaluma hiyo sio tu ina umuhimu hata kwa watu walio nje yake bali pia inatumika sana katika maisha ya kila siku ya watu wasiohusiana na dola.

Kadhalika, kuleta na/au kuongeza uelewa kwa watu wasio watumishi wa taasisi za intelijensia kuna faida moja muhimu: ufanisi wa taasisi za intelijensia unategemea sana ushirikiano kutoka kwa umma kwa ujumla.

Vilevile, uelewa kwa umma unatarajiwa kuondoa dhana nyingi potofu dhidi ya taasisi za intelijensia, kubwa zaidi ikiwa "taasisi hizo zipo kwa maslahi ya dola tu na si kwa ajili ya maslahi ya wananchi wa kawaida.

Kitabu hiki ni matokeo ya mfululizo wa makala (series) nilizozichapisha katika kijarida changu cha *"Barua Ya Chahali"* ikiwa na kichwa cha habari hichohicho kilichobeba jina la kitabu hiki. Wazo la kuchapisha kitabu hiki lilitokana na mafanikio makubwa ya kitabu changu cha kwanza cha *"Afisa Usalama wa Taifa ni Mtu wa Aina Gani? Na Anafanya kazi Gani?"* maarufu zaidi kwa jina la "SHUSHUSHU" kilichochapishwa Februari 2016.

Kadhalika, binafsi niliwahi kuwa Afisa Usalama wa Taifa huko Tanzania, kazi niliyoifanya kwa miaka 13. Na kwa vile ni maafisa usalama wachache mno, walio kazini au nje ya kazi, wenye fursa ya kuelezea kuhusu fani hiyo nyeti, wazo la kuandika kitabu hiki linakidhi haja hiyo.

Kama ilivyokuwa kwa vitabu vyangu vingine, ninatunuku (dedicate) kitabu hiki kwa baba yangu mpendwa, Marehemu Mzee Philemon Chahali, ambaye pamoja na mkewe, mama yangu mpendwa, marehemu Adelina Mapango, ambao japo hawapo nasi kimwili, ninaamini kiroho wanafurahishwa na kazi hii yangu mtoto wao.

Ninamshukuru dada yangu Mary, na wadogo zangu, Sr Maria-Solana na mapacha Peter na Paul (Kulwa na Doto) kwa upendo wao ulionisaidia mno kuandika kitabu hiki. Pamoja nao ni binamu zangu Gordian Mapango, George Mapango na Dignatus Mapango.

Pia, ninawashukuru subscribers wa kijarida cha *Barua Ya Chahali*, na watu mbalimbali kwenye mitandao ya kijamii, hususan Twitter, Instagram na Facebook, kwa kulipokea vema wazo langu la uandishi wa vitabu.

Mapungufu yoyote yaliyomo katika kitabu hiki ni yangu mwenyewe na ninabeba lawama zote. Kama nilivyotanabaisha hapo juu, mimi si mwandishi kitaaluma. Na pia ninakichukulia kitabu hiki kama maongezi (conversation) niliyoamua kuyaweka katika maandishi.

Ni matumaini yangu makubwa kuwa kitabu hiki kitawahamasisha Watanzania wenzangu kuhusu haja ya kuweka uelewa na uzoefu wetu katika maandishi, sambamba na kuendeleza filosofia isiyo rasmi ya 'sharing is caring.'

Ninawatakia usomaji mwema.

Evarist Chahali.

Glasgow, Uskochi.

Oktoba 2023.

UTANGULIZI

Kitabu hiki ni kwa ajili ya kila mtu. Kinaweza kuwa na manufaa kwa watumishi wa Idara za Usalama wa Taifa, hususan wanaohusika na ujasusi au kuzuwia ujasusi, lakini pia kinaweza kuwa na manufaa kwa msomaji wa kawaida anayetaka kujielimisha kuhusu ujasusi.

Japo dhana iliyotawala ni kwamba taaluma ya intelijensia na maeneo mbalimbali yaliyo ndani yake, ikiwa ni pamoja na ujasusi, ni milki ya dola, ukweli ni kwamba taaluma hiyo sio tu ina umuhimu hata kwa watu walio nje yake bali pia inatumika sana katika maisha ya kila siku ya watu wasiohusiana na dola.

Kadhalika, kuleta na/au kuongeza uelewa kwa watu wasio watumishi wa taasisi za intelijensia kuna faida moja muhimu: ufanisi wa taasisi za intelijensia unategemea sana ushirikiano kutoka kwa umma kwa ujumla.

Vilevile, uelewa kwa umma unatarajiwa kuondoa dhana nyingi potofu dhidi ya taasisi za intelijensia, kubwa zaidi ikiwa "taasisi hizo zipo kwa maslahi ya dola tu na si kwa ajili ya maslahi ya wananchi wa kawaida.

SURA YA KWANZA: Maana ya UJASUSI

Binafsi, mara ya kwanza maishani kusikia kitu kinachohusiana na neno ujasusi ilikuwa niliposomewa kitabu kimoja cha James Bond (jina limenitoka). Aliyenisomea kitabu hicho alikuwa marehemu baba yangu Mzee Chahali. Kilikuwa kitabu cha Kiingereza, kwahiyo ili kuelewa, ilikuwa lazima atafsiri kwa Kiswahili.

Marehemu Mzee Chahali alikuwa miongoni mwa waliopata elimu zao zama za mkoloni, kwahiyo Kiingereza kilikuwa "kinapanda" vizuri.

Hata hivyo, katika simulizi hizo za James Bond, neno hasa lililotumika lilikuwa upepelezi. Hata hivyo upelelezi huo ulivuka mipaka ya nchi na kufanyika hadi nje ya nchi.

Baadaye, nilikuja kufahamu kuwa kilichoitwa upelelezi kwenye vitabu vya James Bond kimsingi ni ujasusi.

Baadaye nikaja kusoma vitabu vya Willy Gamba vilivyoandikwa na marehemu Elvis Musiba. Na ni katika vitabu hivyo ndimo neno ujasusi lilikuwa likitumika waziwazi.

Kwa uelewa wa wakati huo, Will Gamba kama jasusi, alikuwa akipambana na majasusi kutoka nje ya nchi na wakati mwingine yeye kulazimika kwenda nje ya nchi kwa ajili ya shughuli hiyo.

Maana halisi ya ujasusi ni pana. Lakini tatizo sio upana tu bali pia hakuna mwafaka wa moja kwa moja kuhusu maana moja. Yaani kwa kifupi, hakuna makubaliano kuwa "hii ndio maana iliyokubalika ya ujasusi."

Changamoto katika kupata maana ya neno hilo inachangiwa zaidi na ukweli kwamba kuna hali tunayoweza kuita kama "uhasama" kati ya wanataaluma wanaojibidiisha kufanya tafiti na kuandika kuhusu taaluma ya intelijensia, kwa upande mmoja, na kwa upande mwingine ni wahusika wenyewe kwenye intelijensia.

Hapa unaweza kuanza kuchanganyikiwa, maana sura inahusu ujasusi, lakini tena zimekuja habari za intelijensia.

Kuondoa mkanganyiko, ujasusi ni moja ya vitu vilivyomo kwenye intelijensia. Lakini kana kwamba "mgogoro" uliopo kwenye kupata definition ya ujasusi hautoshi, definition ya intelijensia ni "mgogoro zaidi." Katika machapisho mbalimbali ya kitaaluma, kumekuwa na malumbano makali kuhusu "intelijensia ni nini hasa."

Lakini kwa vile sura hii ni kuhusu ujasusi, itoshe tu kusema kuwa "ujasusi ni moja ya maeneo ya intelijensia."

Ujasusi katika maisha yetu binafsi

Katika maisha yetu ya kila siku, mara nyingi tu huwa tunakuwa na hamu au haja ya kufahamu mambo ya watu wengine. Mara nyingi tu wazazi hutaka kufahamu kuhusu maendeleo ya watoto wao. Si ajabu kwa mzazi kwenda shuleni kuulizia maendeleo ya mwanae pasi mtoto huyo kufahamu kuwa "anapelelezwa."

Tukiwa bado kwenye mfano wa "shule," bila shaka katika shule uliyosoma kulikuwa na mwanafunzi mmoja mahiri wa kuwajulisha kuwa mwalimu "mnoko" anakuja, na nyote darasani mjifanye kama mpo bize kujisomea.

Katika mahusiano ya *boyfriend* na *girlfriend*, mara nyingi tu upande mmoja hutaka kuwafahamu kama "yuko peke yake." Si jambo la kushangaza kwa boyfriend kujaribu kupata taarifa za girlfriend wake kupitia kwa watu walio karibu na binti huyo.

Wakati mwingine hata kwenye ndoa, wenza hujaribu kufanya uchunguzi kufahamu kuwa mwenzie "hachepuki."

Kwenye biashara ni jambo la kawaida kuchunguzana, aidha kufahamu wapi mfanyabiashara mwingine anapata bidhaa zake kwa bei nafuu, pengine hata kutaka kufahamu anatengeneza faida kiasi gani.

Kwenye shughuli kama za siasa, hasa nyakati za chaguzi, wagombea hujihangaisha sana kufahamu wapinzani wao wanafanya nini.

Mifano yote hiyo - na ipo mingi kweli - inapigia mstari mambo kadhaa. La kwanza ni kiu ya taarifa. Sambamba na kiu hiyo ni umuhimu wa taarifa inayosakwa. Kwamba taarifa husika ikifahamika itapelekea kitu flani kitakachobadili mazingira ya awali.

Kitu kingine muhimu ni usiri unaozunguka utafutaji wa taarifa husika. Usiri huo ni muhimu kwa sababu pindi mhusika akifahamu kuwa kuna taarifa zinatafutwa kuhusu yeye, huenda matokeo ya taarifa husika yakawa hayana maana au yakawa na maana tofauti na iliyokusudiwa.

Kama mtu anawinda taarifa kuhusu mwenza wake, na mwenza huyo akafahamu, basi huenda akafanya jitihada kuwashtua watu wake wa karibu wasiongee ukweli pindi wakiulizwa kuhusu yeye.

Na hicho ni kitu kingine muhimu, kwamba kuna hali ya upande wa pili kutotaka taarifa husika zifahamike, angalau kama zina athari zikifahamika.

Mifano yote hiyo hapo juu inajaribu kukutengenezea picha rahisi kuhusu ujasusi katika ngazi ya nchi dhidi ya nchi au Idara ya Ujasusi ya nchi moja dhidi ya idara ya ujasusi ya nchi nyingine.

Ujasusi unaohusisha nchi/Idara ya Usalama wa Taifa ya nchi yoyote ile

Wakati jitihada za mtu kusaka taarifa za mwenza wake zinaweza kuwa mfano rahisi wa ujasusi, katika intelijensia, ujasusi unahusu jitihada za nchi moja kupitia taasisi zake za intelijensia kujibidiisha kufahamu yanayojiri kwenye nchi nyingine.

Lakini kwa vile ujasusi - kama ilivyo intelijensia kwa ujumla - hufanyika kwa usiri mkubwa, tafsiri iliyozoeleka ni ya filamu za James Bond. Katika filamu zake, Bond anaonekana akikabiliana na maadui na "kuwamaliza" kwa risasi. Kwa hiyo kwa watu wengi, ujasusi ni shughuli ya kutembea na bastola na "kuwamaliza maadui."

Kiuhalisia, ujasusi ni tofauti. Na kimsingi, ujasusi unahusika zaidi na kusaka taarifa nyeti kuliko kuua maadui. Mengi kuhusu hilo yataelezwa katika sehemu inayohusu jinsi majasusi wanavyofanya kazi.

Na kingine muhimu ambacho lazima kianze kuongelewa hapa ni JASUSI ni nani? Sio kwa kirefu kwa sababu kuna sura nzima huko mbeleni, lakini kwa hapa ni muhimu kutanabaisha kuwa mtu anayefanya ujasusi huitwa Jasusi.

Hata hivyo, japo hadi hapa utakuwa na ufahamu kuhusu ujasusi ni nini, na jasusi ni nani, changamoto inakuja kwenye mapungufu ya lugha yetu ya Kiswahili katika kutafsiri misamiati ya kitaalamu.

Na pengine tatizo sio lugha ya Kiswahili as such bali mikanganyiko inayoiandama taaluma ya intelijensia "kila inakoenda."

Kwa kifupi, jasusi ni mtu anayefanya ujasusi. Kwa maana ya jumla, jasusi ni mtumishi wa Idara ya Usalama wa Taifa ya nchi flani anayetumwa nchi nyingine kusaka taarifa za kiusalama. By "kusaka" inamaanisha "kuiba."

Kiuhalisia, ni vigumu mno kwa Mtanzania kwenda, kwa mfano Rwanda, "kuiba taarifa za kiusalama." Kuna changamoto kadhaa dhidi yake. Kubwa zaidi ni lugha. Ya pili ni access ya taarifa zinazotafutwa.

Kwahiyo - na hii hapa inaelezwa kwa kifupi tu - jasusi hulazimika kupata njia za kupata taarifa huko ugenini. Kuna njia kuu mbili. Ya kwanza ni watu. Ya pili ni vitu.

Hayo yataelezwa zaidi katika sehemu husika ya jinsi majasusi wanavyoweza "kuiba" taarifa kwenye nchi za kigeni.

Hata hivyo, maana ya jasusi ni pana zaidi, na japo itaongelewa kwa kirefu zaidi katika sura zijazo, ni muhimu katika hatua hii kuweka sawia mambo mawili matatu.

Kwanza, japo jasusi anatajwa kama mtumishi wa Idara ya Usalama wa Taifa ya nchi flani, neno "mtumishi" linaweza kubeba maana mbili. Ya kwanza ni mwajiriwa wa Idara ya Usalama wa Taifa ya nchi husika, ambaye ametumwa nje ya nchi kwa ajili ya kupata taarifa kusudiwa. Kwa lugha nyingine, mtumishi huyo - JASUSI - ametumwa nje ya nchi kufanya UJASUSI.

Hata hivyo, kwa sababu mbalimbali ambazo zitaelezwa kwa kirefu huko mbeleni, mazingira ya kazi za kiintelijensia nje ya nchi ni magumu mno. Ugumu wa kwanza, na kwa hakika mkubwa zaidi, ni jinsi ya kupata *access* ya target kusudiwa. *Access* maana yake kuweza kufikia mtu/kitu husika. *Target* maana yake ni kitu kinacholengwa/mtu anayelengwa. Hata hivyo, kiintelijensia, neno la kawaida kuhusu mtu anayelengwa ni *subject* japo *target* pia ina maana hiyohiyo japo yenyewe inaweza pia kumaanisha kitu badala ya mtu.

Ugumu kuhusu *access* unachangiwa na ukweli kwamba Idara ya Usalama ya nchi ambayo jasusi husika amekwenda, nayo inalinda vitu vyake vya kiusalama. Na kulinda huko sio tu kwa kuwepo walinzi eneo husika bali pia kila Idara ya Usalama wa Taifa ya nchi yoyote ile duniani huwa na maafisa wake wanaopambana dhidi ya ujasusi. Hapa kuna vitu viwili vitakavyoongelewa kwa kirefu huko mbeleni.

Kimoja na *counterintelligence* na kingine ni *counterespionage*. Kwa kifupi, vyote vinahusu kuzuwia jitihada za adui kufikia vitu vya kiusalama katika nchi husika.

Na kwa kifupi pia, *counterintelligence* ina maana pana ya jitihada za Idara ya Usalama wa Taifa ya nchi husika kuzuwia "vitendo vya kiadui" vya Idara ya Usalama ya nchi nyingine. *Counterespionage* ni kipengele ndani ya *counterintelligence* ambacho kinahusika na kukabili majasusi kutoka Idara za Usalama wa Taifa wa nchi nyingine.

Kama hujagundua tofauti, *counterintelligence* = kukabiliana na vitendo vya adui ilhali *counterespionage* = kukabiliana na majasusi. Kwa tafsiri pana zaidi, counterintelligence inahusika na kukabiliana na shughuli za kiintelijensia za Idara ya Usalama za nchi nyingine ilhali counterespionage inahusika na kukabiliana na *human intelligence* (HUMINT) - intelijensia inayofanywa na watu (badala ya mashine).

Kama haijaeleweka vizuri, usiwe na shaka. Sura zijazo zitaeleza kwa ufasaha zaidi.

Ufumbuzi wa tatizo la *access* ni kupata mtu ndani ya nchi husika anayeweza kumpatia jasusi taarifa kusudiwa. Hili ni zoezi gumu kabisa, kwa sababu mtu huyo anaweza kuwa anatumika na Idara ya Usalama wa Taifa ya nchi ambayo jasusi amekwenda "kuiba" taarifa. Yaani mtu huyo anaweza kuwa wa counterintelligence au counterespionage wa Idara ya Usalama ya nchi hiyo.

Kwa kufupisha maelezo kwani yataelezwa kwa kirefu huko mbeleni, mtu huyo akipatikana na kuhakikiwa kuwa anafaa kuwezesha kuwa na access kwenye target kusudiwa, naye anachofanya kinaitwa UJASUSI pia. Kwa maana hiyo, mtu huyo naye ni JASUSI.

Kwa maana hiyo, JASUSI anaweza kuwa afisa wa Idara ya Usalama wa Taifa aliyetumwa nje ya nchi kikazi na pia neno JASUSI linaweza kumaanisha mtu ambaye japo si afisa wa Idara ya Usalama wa Taifa ya nchi iliyomtuma jasusi, anatafuta taarifa kusudiwa kwa ajili ya kumpatia jasusi huyo.

SURA YA PILI: Historia ya Ujasusi

Intelijensia inatajwa kuwa ni taaluma ya pili kwa ukongwe (*second oldest profession*) duniani. Je waijua taaluma ya kwanza kwa ukongwe duniani? Ni ukahaba

Hata hivyo, baadhi ya wajuzi wa mambo wanasema intelijensia ni taaluma ya kwanza kwa sababu hata kwenye ukahaba, intelijensia hutumika kufahamu kuhusu walipo wateja au kukwepa polisi na hata kukwepa hatari inayoweza kuwakabili makahaba.

Na japo ukahaba waweza kuwa nyenzo katika intelijensia, sio lazima utumike, ilhali kwenye ukahaba, matumizi ya intelijensia ni lazima kwa kahaba kuhakikisha usalama wake.

'If you do not know others and do not know yourself, you will be in danger in every single battle.' - Sun Tzu, The Art of War

Nukuu hiyo ya jenerali, mwanamikakati (strategist) na mwanafilosofia wa Kichina, Sun Tzu, katika kitabu chake maarufu cha *The Art of War* ina tafsiri hii kwa Kiswahili, "kama huwaelewi wengine (adui) na hujielewi mwenyewe, utakuwa katika hatari katika kila vita."

Intelijensia ilikuwa na umuhimu tangu zama za kale. Kujua alipo adui yake, nguvu alizonazo, na nini anapanga kufanya huweza kumsaidia kila kiongozi, wa kisiasa au kijeshi, kuhusu usalama wa taifa lake.

Kitabu Kitakatifu kwa Wakristo, yaani Biblia Takatifu, kina habari nyingi zinazohusu matumizi ya intelijensia zamani kabisa.

Na kwa hakika, maneno UJASUSI na JASUSI/MAJASUSI yanajitokeza mara nyingi katika Biblia Takatifu, kwa upande wa Agano la Kale na Agano Jipya pia.

Majasusi walitumiwa na Waisraeli dhidi ya wapinzani wao, na nyakati fulani vikundi mbalimbali vya makabila ya Israeli vilitumia majasusi wao dhidi ya kila mmoja wao. Katika Agano Jipya, majasusi walitumiwa na vikundi vya kisiasa vilivyopinga harakati za awali za Ukristo.

Kuna matukio mengi ya ziada ambapo watu binafsi walijihusisha waziwazi katika shughuli za ujasusi. Kwa mfano, Yuda anaweza kuelezewa kuwa alikuwa wakala wa siri wa Sanhedrini kwa sababu ya mchango wake katika kumsaliti Yesu.

Kihistoria, operesheni ya kwanza kabisa ya kijasusi ilifanywa na Musa. Alichagua watu 12 mashuhuri, mmoja kutoka katika kila kabila 12 za Israeli, kuwa majasusi wake na kuwatuma kwenye "Nchi ya Ahadi" ili kuipeleleza. Walikaa siku 40 katika eneo ambalo sasa linaitwa Israeli. Waliporudi, walitoa taarifa hadharani kwa Musa na yale makabila 12. Kwa wanaosoma Biblia Takatifu, maelezo haya yanapatikana kwenye Agano la Kale, kitabu cha Namba (*Numbers*) sura ya 13 na Namba sura ya 14.

Miaka 40 baadaye Waisraeli walijipanga tena wakajitayarisha kuingia katika Nchi ya Ahadi, wakati huu chini ya uongozi wa Yoshua, ambaye alikuwa mmoja wa majasusi wawili walionusurika katika operesheni iliyofanywa chini ya Musa.

Kama hapo awali, kulikuwa na haja ya kutuma majasusi katika Nchi ya Ahadi ili kupata inteligensia. Yoshua, alifanya mipango kama kiintelijensia. Alichagua vijana wawili ambao majina yao hayakuandikwa na kuwaagiza wachunguze upya jiji la Yeriko.10 Majasusi hao walikwenda Yeriko na kumtembelea kahaba aitwaye Rahabu. Ijapokuwa kuwapo kwa majasusi hao kuliripotiwa kwa wenye mamlaka wa eneo hilo, Rahabu aliwaficha na kuwazuia wasikamatwe. Kadhalika aliwasaidia kutoroka na hatimaye wakarudi kwao ambapo walimweleza Yoshua kila kitu kilichotokea, hasa taarifa walizopewa na yule kahaba. Katika Biblia Takatifu, maelezo haya yanapatikana katika Joshua 1, Joshua 2 na Kumbukumbu la Torati.

Kama ilivyotanabaishwa awali kuhusu ukaribu katika ya intelijensia na ukahaba, kuna kitu kinachoitwa *honeypot* au *honey trap* ambacho maana yake ni matumizi ya ngono kwenye kusaka taarifa. Mwanamke mrembo anatumika kumrubuni mlengwa hadi anafanikiwa kupata taarifa. Nchi moja jirani imefanikiwa sana katika mbinu hii.

Honey trap ya kwanza kabisa ipo kwenye Agano la Kale ndani ya Biblia Takatifu ambapo Delila alitumiwa na Wafilisti kama chambo cha kumnasa Samsoni, mwanamume hodari wa Waisraeli. Habari ya Samsoni na Delila inapatikana katika kitabu cha Waamuzi (*Judges*) sura ya 16

Kwenye Uislamu pia, shughuli za kijasusi pia ilichukua nafasi muhimu katika miaka ya mwanzo ya dini, ikitumiwa na Mtume Muhammad S.A.W katika shughuli mbalimbali. Mtume Muhammad S.A.W alitengeneza mtandao wa watoa habari, ambao ulimwezesha kupata taarifa muhimu. Pia aliweza kufanya tathmini ya matukio yote ya nje ya himaya na kufahamu kuhusu wafuasi wake. Baadhi ya wanataaluma wa stadi za Kiislamu (Islamic Studies) wanaeleza kuwa Mtume Muhammad S.A.W aliweza kutimiza jukuma kama mkuu wa idara ya intelijensia na usalama wa ndani na kuhakikisha kwamba mipango na shughuli zake zote zinahifadhiwa kwa usiri kabisa (Suwaed, Muhammad Youssef and Kahana, Ephraim (2018) 'Intelligence in the First Muslim State: 610–632 AD', *International Journal of Intelligence and Counter-Intelligence* 31(1), pp. 169–84.)

Licha ya kwenye Ukristo na Uislamu, ujasusi kama sehemu muhimu ya intelijensia umekuwa moja ya shughuli muhimu katika maelfu kwa maelfu ya miaka. Ukusanyaji wa taarifa tangu kale unaweza kugawanywa kwa upana katika kutumikia mojawapo ya kazi kuu mbili:

- kutafuta uelewa kuhusu mambo 'ya nje,' hasa maadui wa kigeni, nguvu na mipango yao ya kijeshi;
- mambo ya 'ndani,' kama vile kutoridhika na kutoridhika kwa raia nyumbani, jambo ambalo linaweza kuleta changamoto kwenye utulivu wa utawala.

Farao Ramesses wa Pili wa Misri aliyetawala kutoka mwaka 1279-1213 Kabla ya Kristo) na aliyepigana vita mbalimbali vilivyofanikisha kutanua himaya ya Misri alitumia mateka waliokamatwa vitani kumpatia taarifa za kiintelijensia.

Vilevile, ushindi wa mtawala Thutmose wa Tatu dhidi ya maasi ya Syria mwaka 1488 Kabla ya Kristo ulichangiwa na matumizi ya majasusi huko Megiddo.

Kadhalika, Karne ya 6 Kabla ya Kristo, Sun Tzu alieleza kuhusu umuhimu wa majasusi, katika kitabu chake cha Ping Fa (*The Art of War*).

Kitabu hicho kilitilia mkazo umuhimu wa intelijensia. Kadhalika anapigia mstari kuhusu matumizi ya majasusi katika kukusanya taarifa hususan za adui. Sun Tzu anataja aina 5 za majasusi

1. *Local spies* (majasusi wa ndani): kuwatumia wakazi wa ndani kukusanya taarifa za intelijensia.

2. *Inward spies* (majasusi kutoka nje): kuwatumia maafisa wa adui.
3. *Converted spies* (majasusi waliogeuzwa): kuwanasa majasusi wa adui na kuwatumia kwa manufaa ya jamii iliyowakamata.
4. *Doomed spies* (majasusi waliohukumiwa): kumhadaa adui kwa kuwatambulisha majasusi wako kwake.
5. *Surviving spies* (majasusi waliosalimika): wale waliokwenda kwa adui na kurudi salama.

Katika karne ya kwanza Kabla ya Kristo, Julius Caesar (Kaizari) tayari kulikuwa na mfumo wa intelijensia japo kwa wakati huo uliwatumikia matajiri: maseneta, wafanyabiashara na wanasiasa. Kaisari anatajwa kuwa ndiye aliyeasisi mfumo wa intelijensia uliotumika kwa taifa zima, ambapo kwa zama hizi ni sawa na Idara za Usalama wa Taifa.

Vilevile Wagiriki wa kale walikusanya intelijensia ya ndani kwa kutumia watu waliojikomba (*sycophants*) ilhali intelijensia kutoka nje (ujasusi) ilifanywa na mabalozi.

Miaka 207 Kabla ya Kristo, Warumi waliweza kujiandaa na Vita ya Mto Mateurus kwa ujasusi uliowawezesha kunasa mawasiliano ya wa-Cathaginia. Kadhalika, Warumi walitumia intelijensia kudhibiti upinzani dhidi ya utawala.

Kadhalika, miaka 300 Kabla ya Kristo, Quintus Fabius Maximus alimtuma kaka yake kwenda Umbria akijifanya mkulima ilhali lengo lake lilikuwa kufanya ujasusi.

Utawala wa Gengis Khan uliodumu 1206 hadi 1227 ulikuwa na "katiba" iliyofahamika kama Yassa, ambapo vipengele viwili vilihusu

- kutuma majasusi kuwanasa wanaovujisha siri.
- majasusi (kwa maana ya wanaosaliti kwa kuvujisha siri) wanapaswa kuuawa.

Kwenye miaka ya 1400s hivi ambapo viwanda vya uchapishaji (*printing press*) vilianza kufanya kazi, kuliibuka intelijensia iliyojikita zaidi kwenye masuala ya kiuchumi (*economic intelligence*) ambapo majasusi walitumika kupata taarifa za kibiashara huko Venice.

Mwaka 1704, mwandishi wa kitabu maarufu cha Robinson Cruise, Daniel Defoe, alikuwa akirandaranda kwenye nyanda za juu za Uskochi akifahamika kama Alexander Goldsmith, kuficha ujasusi wake ambapo alikuwa na jukumu la kufahamu mtazamo wa Waskochi na kuripoti London.

Waingereza walianza kujibidiisha katika intePlatino kuanzia karne ya 14 lakini ni wakati wa Malkia Elizabeti wa Kwanza, aliyetawala kutoka mwaka 1558 hadi 1603, ambapo taasisi halisi ya inteligensia ilianzishwa na Sir Francis Walsingham anayetajwa kama "baba wa Idara za Usalama wa Taifa za Uingereza."

Huko India, mnamo karne ya 16, "Idara ya Usalama wa Taifa" ya mtawala Akbar ilikuwa na jumla ya watu 4,000 wakiwemo wachuuzi na watu wanaookota vitu (*scavengers*).

Kadhalika, katika karne hiyo ya 16, ujasusi ulikuwa umeshamiri sehemu mbalimbali za Ulaya, ambapo moja ya shughuli za kibiashara zilizokuwa na thamani kubwa ilikuwa ujasusi, ambapo majasusi walikuwa wakitafuta na kuuza taarifa.

Mwaka 1790, Rais wa kwanza wa Marekani na mmoja wa "mababa wa taifa" (*Founding Fathers*) George Washington (aliyetawala mwaka 1789 hadi 1797) alitenga 12% ya bajeti kwa ajili ya shughuli za intelijensia. Kituko ni kwamba mmoja wa watangulizi wake, Rais wa sita wa Marekani na mmoja wa *Founding Fathers*, Benjamin Franklin (aliyetawala 1782 hadi 1783) alikuwa jasusi wa Uingereza katika muda wote aliokuwa madarakani.

Katika vita ya Napoleoni (1803 - 1815) Uingereza ilitumia intelijensia dhidi ya Ufaransa, ambapo George Scovell aliongoza majasusi waliokuwa na jukumu la kunasa mawasiliano ya siri ya Wafaransa.

Hata hivyo, taasisi za intelijensia katika muundo unaokaribiana na nyakati hizi, ulipata mwamko zaidi katika karne ya 19 kufuatia mapinduzi ya viwanda, na jukumu kubwa lilikuwa "kuwasoma maadui na maadui watarajiwa."

Kwa Ujerumani na Ufaransa, taasisi za intelijensia kwa muundo unaokaribiana na wa sasa zilijitokeza mwishoni mwa karne ya 19. Kipindi hichohicho, kuliibuka "vita ya kiintelijensia" kati ya Uingereza na Urusi huko Pakistani.

Karne ya 20 ilishuhudia maendeleo makubwa zaidi ya taasisi za intelijensia sehemu mbalimbali duniani. Uingereza iliunda *Secret Service Bureau* mwaka 1909, ambayo ilikuwa na sehemu mbili zilizopelekea misingi ya Idara ya Usalama wa Taifa "wa ndani" - MI5 na shirika la ujasusi la MI6. Mwaka 1919, Uingereza iliunda Idara ya Usalama wa Taifa ya kunasa mawasiliano, yaani GCHQ ambayo awali ilifahamika kama *Government Code & Cypher School*.

Huko Marekani, Idara ya Usalama wa Taifa "wa ndani" - FBI - iliundwa mwaka 1908 ilhali shirika la ujasusi la nchi hiyo, CIA, liliundwa mwaka 1947 kutokana na mtangulizi wake *Office of Strategic Services* (OSS) iliyoundwa mwaka 1942.

Nusu ya pili ya karne ya 20 ilishuhudia kuondoka kwa tawala za kikoloni katika sehemu mbalimbali duniani ikiwa ni pamoja na barani Afrika. Sambamba na kuondoka kwa tawala hizo, majukumu ya intelijensia na usalama wa raia yalirithishwa kwa tawala mpya za wazawa. Hata hivyo, wakoloni sio tu walishiriki katika kutengeneza miundo ya taasisi za kiintelijensia za nchi zilizopata uhuru bali pia walitumia fursa hiyo kujenga msingi wa ushirikiano na taasisi hizo mpya.

Wakati wa Vita Baridi, Idara za Usalama wa Taifa katika nchi mbalimbali zilifanya kazi kama matawi ya mataifa yaliozitawala nchi hizo wakati wa ukoloni.

Ujasusi jana, leo na kesho

Historia ya ujasusi ni ndefu, na kuiandika yote kwahitaji sio sura moja pekee bali zaidi ya kitabu kimoja. Kwa bahati mbaya, historia ya ujasusi kuhusu nchi za Afrika haifahamiki sana. Kwa kiasi kikubwa imechangiwa na athari za mfumo wa intelijensia uliorithiwa kutoka kwa wakoloni, ambapo kwa nchi nyingi, Idara za Usalama wa Taifa zilianza kama *secret police* badala ya secret service. Tofauti kati ya vitu hivyo viwili itaelezwa kwa upana zaidi huko mbeleni lakini itoshe tu kusema mahusiano kati ya taasisi hizo na raia yalikuwa kama mahusiano kati ya polisi na wahalifu.

Lakini changamoto za kufahamu zaidi kuhusu ujasusi barani Afrika zinachangiwa pia na ukweli kwamba msingi wa intelijensia ni usiri. Na kwenye ujasusi, usiri ni suala la kufa na kupona. Japo si jambo geni kwa majasusi kutoka nchi tofauti - hata nchi adui - kutambuana, kitendo cha jasusi kutambulika kuwa amefanya ujasusi katika nchi ya kigeni kinaweza kupelekea kifo kama sio kifungo cha muda mrefu.

Na kama jasusi "hana umuhimu kihivyo," nchi yake itamkana.

Sasa katika mazingira ya usiri kiasi hicho, ni vigumu kwa wanataaluma na waandishi kupata watu wa kuongea nao na hatimaye kuwezesha kuchapisha maandiko ya kitaaluma au vitabu visivyo vya kitaaluma.

Sababu nyingine inayopelekea changamoto katika kufahamu zaidi kuhusu ujasusi ni ya kimkakati zaidi. Kwenye vita, moja ya nyenzo muhimu ni "kushtukiza." Na moja ya mbinu za kushtukiza ni hadaa.

Mwanafalsafa wa Kitaliano Nicollo Machiavelli anausia "kamwe usitumie nguvu kushinda kitu unachoweza kukipata kwa hadaa" (*Never attempt to win by force what can be won by deception*).

Na hadaa kwa minajili ya ujasusi ina sura mbili.

Kwanza, kumhadaa adui kwa lengo la kuweza kupata taarifa kutoka kwake.

Pili, kumhadaa adui ili asipate taarifa kwako.

Tukirejea kwenye "ujasusi, jana leo na kesho," pamoja na tofauti zilizotokana na sababu mbalimbali ikiwemo maendeleo ya sayansi na teknolojia, ujasusi wa zama hizo na wa zama hizi umejikita kwenye umuhimu wa "kumfahamu adui."

Kwenye karata wanasema "ukifahamu karata za mpinzani wako, lazima utamshinda kwenye mchezo huo." Katika vita na hata siasa, uwezo wa "kuona karata za mpinzani" una umuhimu wa kipekee.

Kama ambavyo ujasusi ulivyokuwa na ufanisi zama za kale za Ukristo na Uislamu, na kwenye dola za kale, ndivyo ambavyo ujasusi unaendelea kuwa muhimu katika zama hizi, na kwa hakika utaendelea kuwa na umuhimu mkubwa huko mbeleni.

SURA YA TATU: Aina za Ujasusi

Pengine umewahi kusoma kitabu sehemu fulani, na kikakueleza kuwa kuna ujasusi wa aina mbili au pengine tatu. Kwamba kuna "ujasusi wa kidola" na "ujasusi wa kiuchumi." Ukweli ni kwamba huo mgawanyo huo wa aina za ujasusi sio tu ni finyu bali pia unapotosha hali halisi. Lakini hili sio la muhimu kwa sasa, tutalitupia jicho huko mbeleni.

Si rahisi kuwa na "aina za ujasusi" kavukavu. Hapa inamaanisha kwamba ili kubainisha aina za ujasusi, kuna vitu vingine vinavyopaswa kuangaliwa ili kuweza kutofautisha "aina za ujasusi."

Lakini kabla ya kuingia huko, ieleweke tu dhamira ya msingi ya kufanya ujasusi ni kupata taarifa. Jinsi gani taarifa hiyo inapatikana, nani anahusika/nini kinahusika kupata taarifa husika, na maswali kama hayo hayabadili ukweli kuwa bidhaa muhimu katika ujasusi ni taarifa za kiintelijensia.

Ujasusi: wana-dola (*state actors*) na wasio wana-dola (*non- state actors*)

Kama ilivyoelezwa kwa kina katika sehemu ya pili wa mfululizo wa sura hizi za ujasusi, katika asili yake, ujasusi ulikuwa shughuli iliyohusiana na watawala kwa namna moja au nyingine. Hata katika habari zinazopatikana kwenye Kurani Tukufu na Biblia Takatifu, kuna uhusiano mkubwa kati ya ujasusi na utawala.

Na katika kupanuka kwake karne kadhaa zilizopita hadi zama hizo, ujasusi sio tu unahusiana zaidi na watawala kwa maana ya dola bali pia hisia za watu wengi kuhusu shughuli hiyo ni kwamba inafanywa kwa mujibu wa matakwa ya watawala.

Naam, kwa miaka mingi, shughuli za intelijensia ikiwa ni pamoja na ujasusi zilikuwa zikifanywa na tawala. Na ilipofika nyakati ambapo taasisi za intelijensia ziliundwa rasmi, nazo zilikuwa mikononi mwa watawala.

Katika hali hii, ujasusi ulikuwa na unaendelea kuwa shughuli inayofanywa na dola kupata taarifa za dola nyingine. Kwa lugha rahisi, ni shughuli inayofanywa na taasisi ya kiintelijensia ya nchi flani kusaka taarifa za taasisi za kiintelijensia za nchi nyingine.

Lakini kama ilivyoelezwa katika sehemu ya pili kwamba baadhi ya waliojihusisha na ujasusi walikuwa ni wafanya biashara waliouza taarifa hususan za kibiashara, kadri miaka ilivyokwenda ndivyo ambavyo shughuli hiyo ilitanuka zaidi ya kuwa kwenye miliki ya watawala pekee.

Maendeleo katika nyanja mbalimbali yalilazimisha ujasusi kufanywa na taasisi zisizo za dola lakini kwa njia zilezile zinazotumiwa na vyombo vya dola. Na pengine zaidi.

Kurahisisha, moja ya "aina nyingi za ujasusi" ni hii kati ya majasusi "wana-dola" na majasusi "wasio wana-dola."

Bila kuingia kwa undani sana, mgawanyo huu hapa unahusu "katumwa na nani?" au "anafanya kazi za nani."

Majasusi "waliozoeleka" ni wale wanaofanya kazi kwenye Idara za Usalama wa Taifa za nchi husika. Na japo kwa kiasi kikubwa maeneo makuu yalihusu siasa za kimataifa na/au diplomasia na masuala ya kijeshi, uchumi pia ulikuwa ni miongoni mwa vipaumbele.

Hata hivyo, ujio wa "majasusi wasio wana-dola" ulianzia zaidi kwenye masuala ya kiuchumi. Majasusi waliowahi kufanya kazi katika Idara za Usalama wa Taifa za nchi mbalimbali walishawishiwa kutoka kwenye kustaafu ili ujuzi wao katika ujasusi utumiwe na taasisi binafsi.

Makampuni makubwa yanatumia kiwango kikubwa cha fedha kwenye ujasusi katika masuala ya biashara. Kinachowindwa ni kilekile - taarifa za siri kuhusu hili au lile.

Mantiki ni ileile iliyoelezwa huko nyuma kuhusiana na ujasusi, kwamba ili kuwa katika nafasi nzuri, ni muhimu kufahamu nini kinaendelea kwa adui. Sasa kwenye masuala ya biashara, kampuni zenye ushindani ni lazima zielewe mwezie anafanya nini. Na kama ilivyo kwenye masuala ya kidola, taarifa muhimu za biashara huwa siri. Kwahiyo ili kuzipata inalazimu wanaozihitaji watume watu wao "kuiba" taarifa hizo kwa njia mbalimbali kama zitakavyotanabaishwa kwenye sehemu inayohusu jinsi gani ujasusi unafanyika.

Siri za biashara (*trade secrets*) ni "bidhaa" muhimu kabisa katika ujasusi unahusiana na masuala ya biashara

Ujasusi wa viwandani (*industrial espionage*), ujasusi wa mashirika (*corporate espionage*), ujasusi wa uchumi (*economic espionage*)

Ujasusi wa mashirika (*corporate espionage*) ni ujasusi unaofanywa kwa madhumuni ya kibiashara au kifedha. Ujasusi huu pia unajulikana kama ujasusi wa viwandani, ujasusi wa kiuchumi au ujasusi wa kampuni.

Mara nyingi ujasusi wa kiuchumi unaratibiwa na serikali na ni wa kimataifa katika upeo, wakati ujasusi wa viwanda au ushirika kwa ujumla hufanyika kati ya mashirika. Hata hivyo, mstari unaotenganisha au kutofautisha vitendo hivyo sio tu ni mwembamba bali pia huingiliana.

Kwa mataifa ambayo makampuni mengi makubwa humilikiwa na serikali, ujasusi unaofanywa na makampuni hayo huhusisha majasusi wa serikali pia. Kimsingi, kwa sababu makampuni hayo huwa mhimili muhimu wa uchumi kwa mataifa hayo, nchi husika hulazimika kuyasaidia makampuni kama hayo kwa sababu uhai wake ni uhai wa taifa pia. China ipo mstari wa mbele katika eneo hili kama itakavyoelezwa kwa kirefu katika sura zijazo.

Hadi kufikia hapa, "aina za ujasusi" zimejitanabaisha kwa nani anahusika kuliko nini kinafanyika - kwa sababu kuna sehemu maalum huko mbeleni unayozungumzia ujasusi unavyofanyika.

Binadamu vs teknolojia

Pasi mjadala, inteligensia inayokusanywa na binadamu, inayofahamika kama human intelligence kwa kifupi HUMINT sio tu ndio kongwe zaidi lakini pia ni ya kuaminika zaidi. Na katika ujasusi pia, nafasi ya binadamu katika kufanikisha opereseni za kijasusi ni kubwa kupita maelezo.

Kwa kawaida, kuna njia mbili za kijasusi katika kupata taarifa za mlengwa.

Ya kwanza ni kwa kumtumia mtu - aidha jasusi aliyetumwa kwenda nchi lengwa au kwa kutumia watu waliopo sehemu nyeti wanaoweza kusaliti nchi yao na kutoa siri husika. Sehemu husika huko mbele itaeleza jinsi gani mambo haya yanafanyika.

Njia ya pili ni kwa kutumia teknolojia. Hata hivyo, yayumkinika kusema kuwa hakuna teknolojia inayojiendesha yenyewe kwa asilimia 100 bila binadamu kuhusika.

Pengine ujasusi unafanyika kwa kutumia vijindege vidogo visivyo na rubani (*drones*). Lakini ili drone ifanye kazi kwa ufanisi, lazima iwe na "rubani" aliyeshikilia rimoti kuiongoza. Na *drone* hiyo ikishakusanya taarifa kusudiwa, ni afisa (mwanadamu) atakayefanya uchambuzi.

Maendeleo ya teknolojia yamekuwa ni habari njema na mbaya kwa inteljiensia. Habari njema kwa sababu kwa kiasi kikubwa, teknolojia kama ya intaneti imesaidia kuongeza udhaifu wa watu (*vulnerability*).

Kwa mfano, mtandao wa kijamii wa instagram umekuwa na ufanisi sana kwa mashirika ya kijasusi "yanayojielewa" ambapo huwatumia mabinti warembo kama "chambo cha kuwanasa maafisa usalama wa nchi nyingine." Kwa bahati mbaya - au pengine makusudi - maafisa wengi tu wa Idara za Usalama wa Taifa za nchi mbalimbali wameangukia katika mtego huu.

Tatizo ni mchanganyiko wa tamaa za ngono (aka kushindwa "kudhibiti zipu") na kasumba hatari ya kujitangaza. Binti aliyetumwa na majasusi hawezi kumjua afisa wa Idara ya Usalama wa Taifa wa nchi husika kama afisa huyo atahifadhi utambulisho wake. Lakini imeshakuwa kama jambo la kawaida kwa baadhi ya maafisa "kutumia vitambulisho vyao vya kazi kwa ajili ya kutongozea kwenye mitandao ya kijamii."

Kibaya zaidi, yawezekana hata huyo anayetongozwa si mwanamke bali ni jasusi anayetumia utambulisho feki kama mwanamke.

Kwahiyo, kwa upande mmoja teknolojia inawarahisishia kazi majasusi katika baadhi ya nyakati lakini pia inaleta changamoto, kwa mfano kama hizo za watumishi wasio na maadili "wanaojiumbua" kirahisi kwenye mitandao ya kijamii. Kiintelijensia, kujiumbua ni kufanya kitu kwa bahati mbaya au makusudi ambacho kinaishia kuweka wazi utambulisho unaoficha.

Na teknolojia kama ya mitandao ya kijamii inatumiwa pia "kuwaumbua" watumishi wa Idara za Usalama wa Taifa za nchi mbalimbali.

Miezi michache iliyopita, Idara ya Usalama wa Taifa ya Ukraine iliweka hadharani majina ya majasusi takriban 300 wa Urusi waliokuwa wakifanya kazi sehemu mbalimbali za bara la Ulaya. Mara baada ya "kuumbuliwa," nchi kadhaa za Ulaya ziliwatimua "maafisa ubalozi wa Urusi." Kwa nchi nyingi, "maafisa ubalozi" huwa majasusi.

Kwa bahati mbaya - au makusudi - balozi zetu zimejaa ndugu na jamaa za vigogo badala ya majasusi. Lakini pengine katika hilo itakuwa ni kuwaonea bure wahusika kwa sababu ili mpeleke majasusi kwenye balozi zenu shurti muwe nao, na kwa bahati mbaya - au makusudi - nchi kadhaa duniani zinakabiliwa na uhaba mkubwa wa watu hao. Hilo litaongelezwa kwa kirefu kwenye sehemu inayohusu changamoto zinazoukabili ujasusi duniani.

Maendeleo ya teknolojia pia yameibua fursa na changamoto ya udukuzi. Ni fursa kwa sababu, kwa mfano, wakati wa utawala mmoja nchini Tanzania, uliomba msaada kwa kampuni moja ya udukuzi ya Israeli, na wakawezesha kuzidukua simu za wakosoaji mbalimbali wa serikali ambao hawakuwepo Tanzania. Udukuzi unasaidia kwa kiasi fulani kuondoa haja ya kumtuma jasusi akanase mawasiliano ya mlengwa.

Lakini udukuzi pia ni changamoto kwa sababu taasisi yoyote ile inaweza kudukuliwa. Moja ya idara za usalama bora kabisa duniani, NSA, ambayo pamoja na mambo mengine inahusika na - guess what? UDUKUZI - ilidukuliwa.

Na udukuzi huo haukufanyika kwa siku, wiki, mwezi au mwaka mmoja. Inaaminika ulikuwa endelevu kwa takriban miaka 20. Bila kuingia kiundani kwenye hilo, huu ni mfano wa jinsi teknolojia kama udukuzi inavyoweza kuwa fursa kwa nyakati flani lakini pia ikawa changamoto kwenye nyakati nyingine.

Magaidi na teknolojia

Moja ya majanga yanayohofiwa sana ni pindi "teknolojia hatari" zitapoangukia mikononi mwa magaidi. Kwa sasa, vikundi vya kigaidi kama Islamic State na matawi yake na Al-Qaeda vimekuwa mstari wa mbele katika matumizi ya teknolojia angalau kufikisha ujumbe kwa watu kusudiwa. Baadhi ya programu tumizi (*apps*) za simu kama vile Telegram zimekuwa nyenzo muhimu kwa magaidi kufanya mawasiliano yao.

Japo hadi wakati huu hakuna kikundi cha kigaidi kilichofanikiwa kufanya shambulizi la kigaidi kwa kutumia teknolojia (*cyber-terrorism*), ni siri ya wazi kuwa vikundi vya kigaidi vinahangaika kwa udi na uvumba kupata uwezo wa kufanya mashambulizi kama hayo.

Ujasusi wa kimtandao (*cyber-espionage*)

Katika miaka ya hivi karibuni, udukuzi umekuwa ni nyenzo muhimu sana katika kufanya ujasusi. Na ujasusi wa kimtandao umejenga uhusiano kati ya taasisi za kijasusi na makundi binafsi ya wadukuzi. Kama itakavyotanabaishwa kwenye sura husika, Urusi, China, Korea ya Kaskazini na Irani ni mataifa yaliyo mstari wa mbele katika "ushirika usio mtakatifu" kati ya Idara za Ujasusi za nchi hizo na wadukuzi binafsi.

Na kwa kutambua fursa zilizopo kwenye "sekta" hiyo, baadhi ya wafanyabiashara wamekuwa wakijihusisha na uendeshaji wa makampuni ya udukuzi ambayo hatimaye yakidhihirisha uwezo wake huishia kupata tenda za serikali mbalimbali.

Aliyekuwa mmiliki wa jeshi la mamluki la Wagner Group la Urusi, marehemu Yevgeny Prigozhin, alikuwa anamiliki kampuni kubwa ya udukuzi ambayo ilikuwa ikitumiwa na serikali ya Rais Vladimir Putin kufanya ujasusi wa kimtandao.

Kama ilivyotanabaishwa katika sura iliyopita, kujadili aina za ujasusi ni mada ndefu kwa sababu aina hizo zinategemea vitu kadhaa. Kwa mfano, je ni ujasusi unaofanywa na dola (*state*) au unaofanywa na wasio-wanadola (*non-state actors*)? Kadhalika, aina za ujasusi zinaweza kutazamwa kwa kigezo cha walengwa wa shughuli ya ujasusi husika.

Katika hilo la walengwa, Idara ya Usalama wa Taifa ya Ufini (SUPO) inatanabaisha kwamba

- Idadi ya watu ambao wanaweza kuwa walengwa wa ujasusi ni pana kuliko inavyotambulika mara nyingi. Malengo yanaweza kujumuisha shirika lolote lililo na maelezo ambayo ni ya manufaa kwa serikali ya upelelezi, au yenye uwezo wa kushawishi utungaji sera.

- Ujasusi hutoa habari juu ya uundaji wa sera.

- Taarifa za kiintelijensia zinaopatikana kupitia ujasusi zinaweza kusaidia katika uundaji wa sera za kigeni, za ndani na za usalama wa nchi husika.

- Uhusiano wa Finland na muungano wa kijeshi wa NATO ni suala la maslahi ya mara kwa mara kwa ujasusi wa kigeni. Huduma za kijasusi za kigeni pia zinavutiwa na masuala ya eneo la Aktiki na usalama wa mtandao.

- Ujasusi wa utafiti na maendeleo (R&D) kibiashara ni miongoni mwa shabaha ya ujasusi wa kigeni.

- Biashara zinazounda bidhaa za teknolojia ya juu ni lengo lingine muhimu la ujasusi, au walengwa wanaweza kuwa watoa huduma wa mfumo wa data kutoka nje.

- Biashara zinazofanya kazi katika sekta ya kitamaduni zinaweza pia kuwa shabaha kwa baadhi ya nchi zinazoendelea ambazo zinataka kupunguza uongozi wa kiteknolojia wa nchi za Magharibi. Taasisi za utafiti zinazohusika katika miradi ya kiviwanda ya R&D pia zinaweza kulengwa.

- Miundombinu muhimu ni shabaha ya ujasusi.

- Mashirika ya utawala wa umma na biashara zinazodumisha na kujenga miundombinu muhimu, kama vile usambazaji wa nishati, mitandao ya mawasiliano ya simu na huduma za maji, ni shabaha zinazowezekana za ujasusi unaofadhiliwa na serikali.

- Maelezo ya muundo na mipangilio ya usalama ya miundombinu ni ya manufaa kwa mataifa ambayo yanataka kushawishi utendakazi wake, au hata kulemaza miundombinu yote wakati wa shida.

- Kando na hati zilizoainishwa zinazofaa, shughuli za kijasusi zinazofadhiliwa na serikali hutafuta upelelezi usio wa moja kwa moja ambao unaweza kutumika kupata taarifa za siri.

- Ushauri wa aina hii katika shirika unajumuisha maelezo ya mawasiliano na majukumu ya wafanyakazi, mitandao ya ushirikiano na minyororo ya kandarasi ndogo, kitambulisho cha ufikiaji wa data na mipangilio ya usalama ya mfumo wa TEHAMA.

- Ujasusi wa wakimbizi unakiuka haki za kimsingi za wakaazi nchini Ufini.

- Huduma za kijasusi za nchi fulani hufuatilia na kunyanyasa baadhi ya watu wanaoishi Ufini. Operesheni kama hizo za kijasusi za wakimbizi kwa kawaida huwalenga watu ambao wameainishwa kama wapinzani wa kisiasa katika nchi zao za asili, au ambao ni wa kabila fulani ndogo.

Kwa upande wake, Idara ya Usalama wa Taifa (wa ndani) ya Uingereza, MI5, linaeleza

- Mashirika ya kijasusi yanaelekezwa na serikali zao kuzingatia vipaumbele maalum. Mashirika ya serikali, jeshi na kampuni zinazofanya kazi kwenye teknolojia nyeti ndizo shabaha kuu za ujasusi wa kigeni.

- Huduma za kijasusi zinazofanya kazi dhidi ya Uingereza huwa zinalenga kupata idadi ya aina tofauti za habari za siri.

- Siri za kijeshi: Hizi zitajumuisha habari za kiufundi kuhusu silaha, maelezo ya wapi askari wanapatikana, habari juu ya ulinzi na kadhalika. Hii inaweza kuwa na manufaa hasa kwa nchi adui wakati wa vita. Inaweza kumsaidia adui kupata pointi dhaifu au kuanzisha mashambulizi ya kushtukiza. Inaweza pia kuwa na manufaa kwa magaidi, kwani inaweza kuwasaidia kuchagua shabaha na pointi dhaifu.

- Siri za viwanda: Hizi zinajumuisha habari juu ya bidhaa na mipango ya kampuni. Majasusi wanapendezwa hasa na maelezo ya uvumbuzi mpya ambao unaweza kuwa wa matumizi ya kijeshi au kibiashara. Mifano ni pamoja na teknolojia ya mawasiliano, kompyuta, jenetiki, usafiri wa anga, leza, macho na vifaa vya elektroniki. Siri hizo pia zinaweza kusaidia kuzipa nchi fulani faida ya kiuchumi au kijeshi.

- Siri za kisiasa: Hizi zitajumuisha taarifa za siri kuhusu masuala ya kisiasa na usalama, nafasi za mazungumzo, taarifa nyeti za kiuchumi na maelezo ya maendeleo ya sera. Serikali za kigeni zinaweza kutumia taarifa hizo ili kupata manufaa katika maeneo kama vile uhusiano wa kimataifa na shughuli za kijasusi.

- Kulenga wapinzani: Baadhi ya serikali za kigeni pia hulenga vuguvugu la wapinzani na watu binafsi wanaowaona kuwa tishio kwa udhibiti wao nyumbani. Utamaduni wa muda mrefu wa Uingereza wa kuvumiliana kisiasa umemaanisha kwamba wapinzani wengi wa kigeni wamejenga makazi yao hapa kwa miaka mingi - maarufu zaidi wanamapinduzi wa Kirusi Lenin na Trotsky - lakini hii pia imesababisha maslahi ya wakati mwingine ya uadui wa huduma za kijasusi za kigeni na hii inaendelea hadi sasa. siku.

Baada ya kuangalia maelezo hayo kuhusu baadhi ya maeneo lengwa ya ujasusi, ni muhimu kuangalia aina mojawapo ya ujasusi ambayo imepata umaarufu mkubwa katika miaka ya hivi karibuni, nayo ni ujasusi wa kimtandao (*cyber-espionage*)

SURA YA NNE: Ujasusi wa Kimtandao (Cyberespionage) ni Nini?

Ujasusi wa kimtandao au ujasusi wa mtandaoni, au upelelezi wa mtandaoni, ni aina ya mashambulizi ya mtandao ambapo mtumiaji ambaye hajaidhinishwa hujaribu kufikia data nyeti kwa manufaa ya kiuchumi, manufaa ya ushindani au sababu za kisiasa.

Kwa nini Ujasusi wa kimtandao unatumiwa?

Ujasusi wa kimtandao hutumiwa kimsingi kama njia ya kukusanya data nyeti au/na siri za biasharaambazo zinaweza kutumiwa na adui kuunda faida ya kiushindani au kuuzwa kwa faida ya kifedha. Katika baadhi ya matukio, lengo la ujasusi husika ni kumuumbua mlengwa kwa kuweka hadharani taarifa zilizopaswa kuwa siri.

Kwa mfano, majasusi wa kimtandao wanafanya kwenye hospitali ambayo kiongozi wa nchi flani amepatiwa matibabu, kisha wanaweka hadharani taarifa kuhusu afya yake ambazo kimsingi zinapaswa kuwa siri. Pata picha, wananchi wanaingia mtandaoni na kukutana na vyeti vinavyoonyesha kiongozi husika ana ukimwi, kwa mfano au ana kansa ambayo inakaribia kuondoa uhai wake.

Mashambulizi ya kijasusi kwenye mtandao yanaweza kuchochewa na faida ya fedha; zinaweza pia kutumwa kwa kushirikiana na operesheni za kijeshi au kama kitendo cha ugaidi wa mtandao au vita vya mtandao. Athari za ujasusi wa mtandaoni, haswa ikiwa ni sehemu ya kampeni pana ya kijeshi au kisiasa, inaweza kusababisha usumbufu wa huduma na miundombinu ya umma, pamoja na kupoteza maisha.

Malengo ya ujasusi wa kimtandao

Malengo ya kawaida ya ujasusi wa kimtandao ni pamoja na mashirika makubwa, mashirika ya serikali, taasisi za kitaaluma, taasisi za fikra (think tanks) au mashirika mengine ambayo yana data muhimu.

Operesheni za ujasusi wa kimtandao pia zinaweza kumlenga mtu binafsi. Mfano hai ni wakati wa utawala wa Magufuli ambapo serikali yake ilitoa tenda kwa taasisi moja ya ujasusi wa mtandaoni ya Israeli ambayo ilikabidhiwa jukumu la kudukua mawasiliano ya "wapinzani wa serikali" na "wanaharakati."

Majasusi wa kimtandao mara nyingi hujaribu kufikia targets zifuatazo:

- Data na shughuli za Utafiti na Maendeleo.
- Data ya utafiti wa kitaaluma.
- Mishahara, miundo ya bonasi na taarifa nyingine nyeti kuhusu fedha na matumizi ya shirika.
- Orodha za mteja au mteja na miundo ya malipo.
- Malengo ya biashara, mipango mkakati na mbinu za masoko.
- Mikakati ya kisiasa, uhusiano na mawasiliano.
- Intelijensia ya kijeshi

Baadhi ya mbinu za ujasusi kimtandao

Mbinu husika zitaelezwa kwa kina katika sehemu ya sura hii inayohusu "majasusi kazini." Hata hivyo, kwa kifupi, baadhi ya mbinu muhimu za ujasusi wa kimtandao ni pamoja na kinachofahamika kama *"Advanced Persistent Threat"* (APT)

APT ni shambulio endelevu ambapo udukuzi hufanyika kwa lengo la kuumiliki mfumo wa kompyuta kwa muda mrefu bila kutambuliwa ili kuiba data nyeti kwa muda mrefu.

Shambulio la APT hupangwa kwa uangalifu mkubwa kukwepa hatua zilizopo za usalama kwa muda mrefu.

Kutekeleza shambulizi la APT kunahitaji kiwango cha juu cha ustadi kuliko shambulio la kawaida la kidukuzi, na huhusisha maandalizi yenye gharama kubwa, wadukuzi wenye uzoefu wa hali ya juu wa uhalifu wa mtandaoni.

Mashambulizi mengi ya kijasusi kwenye mtandao pia yanahusisha aina fulani ya uhandisi-jamii (social engineering) ili hususan katika hatua za maandalizi ya shambulizi husika ambapo mara nyingi huhitaji uwepo wa mtu ndani ya taasisi inayolengwa kushambuliwa.

Mbinu zingine za kawaida za kushambulia ni pamoja na:

Watering hole: majasusi wa kimtandao wanaweza kuambukiza tovuti halali zinazotembelewa kwa kawaida na mwathiriwa au watu wanaohusishwa na walengwa na programu hasidi kwa madhumuni ya wazi ya kuhujumu watumiaji.

Spear-phishing: Mdukuzi hulenga watu mahususi walio na barua pepe, maandishi na simu za ulaghai ili kuiba vitambulisho vya kuingia au taarifa nyingine nyeti.

Zero-day exploits: majasusi wa kimtandao huongeza hatari isiyojulikana ya kiusalama au dosari ya programu kabla ya kugunduliwa na kufanyiwa marekebisho husika.

Inside actors or insider threat: Wahusika wa ndani au tishio la ndani: Mhusika tishio hushawishi mfanyakazi au kontrakta kushiriki au kuuza habari au ufikiaji wa mfumo kwa watumiaji wasioidhinishwa.

Baadhi ya makundi maarufu ya ujasusi wa kimtandao

PIONEER KITTEN ni kikundi cha majasusi wa mtandao chenye makao yake nchini Iran ambacho kimekuwa kikifanya kazi tangu angalau 2017 na kina uhusiano na serikali ya Irani.

FANCY BEAR (APT28, Sofacy) hutumia ujumbe wa hadaa na tovuti potofu ambazo zinafanana kwa karibu na zile halali ili kupata ufikiaji wa kompyuta na vifaa vya kawaida vya mkononi. Majasusi hawa wa kimtadao walianza kazi tangu takriban mwaka 2008, na inafahamika kuwa makazi yao ni nchini Urusi.

GOBLIN PANDA (APT27) ilionekana kwa mara ya kwanza mnamo Septemba 2013. Kikundi hiki cha kijasusi wa kimtandao kipo nchini China.

HELIX KITTEN (APT 34) ni kikundi ch Iran ambacho kimekuwa kikifanya kazi tangu angalau mwishoni mwa 2015.

Israeli imeibuka kuwa kama "makao makuu ya ujasusi wa kimtandao" ambao hujumuisha mashambulizi ya aina mbalimbali. Majuzi tu, imebainika kuwa moja ya vikundi hivyo vilijaribu kumhujumu mgombea urais wa Kenya, William Ruto, lakini bila mafanikio.

SURA YA TANO: Ujasusi kama Nyenzo ya Diplomasia

Ujasusi kama nyenzo ya diplomasia

Kwa vile historia ya ujasusi ilishaelezwa katika sura zilizotangulia, sura hii itatupia jicho historia ya diplomasia pekee licha ya ukweli kwamba inazungumzia vitu vyote viwili, yaani ujasusi na diplomasia.

Diplomasia ni sanaa na sayansi ya kudumisha uhusiano wa amani kati ya mataifa, vikundi au watu binafsi. Mara nyingi, diplomasia inarejelea wawakilishi wa vikundi tofauti wanaojadili maswala kama vile migogoro, biashara, mazingira, teknolojia, au usalama.

Watu wanaofanya diplomasia wanaitwa wanadiplomasia. Wanadiplomasia wanajaribu kusaidia nchi yao wenyewe, kuhimiza ushirikiano kati ya mataifa, na kudumisha amani. Kundi la wanadiplomasia wanaowakilisha nchi moja inayoishi katika nchi nyingine huitwa ujumbe wa kidiplomasia.

Ujumbe wa kudumu wa kidiplomasia unaitwa ubalozi. Balozi ni mwanadiplomasia mkuu katika ubalozi. Ujumbe mkubwa wa kidiplomasia unaweza kuwa na uwakilishi kando na ubalozi mmoja. Maeneo mengine ya uwakilishi huitwa balozi.

Historia fupi ya Diplomasia

Uwezo wa kufanya shughuli za kidiplomasia ni moja wapo ya mambo muhimu ya serikali. Diplomasia imekuwa ikitekelezwa tangu zama za kale za madola-miji (*city-states*).

Hapo awali wanadiplomasia walitumwa tu kwa mazungumzo maalum, na wangerudi mara baada ya kilichowapeleka huko kukamilika. Kwa kawaida, wanadiplomasia wa enzi za kale walikuwa ndugu wa familia inayotawala, na hii ilisaidia kuwapa uhalali wa kuwakilisha familia au ukoo unaotawala.

Tofauti moja kubwa ilikuwa kwenye uhusiano kati ya Papa na Mfalme wa Byzantini. Mawakala wa Papa, walioitwa apocrisiarii, walikuwa wakaaji wa kudumu huko Constantinople. Baada ya karne ya 8, hata hivyo, migogoro kati ya Papa na Mfalme (kama vile mabishano ya Iconoclastic kuhusu matumizi ya sanamu za kidini katika Ufalme wa Byzantini) ilisababisha kuvunjika kwa mahusiano haya ya karibu.

Mara nyingi inaaminika kuwa diplomasia ya kisasa ina asili katika majimbo ya Italia ya Kaskazini katika zama za mwanzo za Mwamko (Renaissance).

Balozi za kwanza zilianzishwa katika karne ya 13. Mji wa Milan ilikuwa nafasi muhimu katika maendeleo hayo, hasa chini ya Francesco Sforza ambaye alianzisha balozi za kudumu katika majimbo mengine ya miji ya Kaskazini mwa Italia. Ilikuwa nchini Italia ambapo tamaduni nyingi za diplomasia ya kisasa zilianza, kama vile uwasilishaji wa sifa za balozi kwa mkuu wa nchi.

Shughuli za kidiplomasia katika uchanga wake hatimaye zilienea kutoka Italia hadi mataifa mengine ya Ulaya. Milan ilikuwa ya kwanza kutuma mwakilishi katika mahakama ya Ufaransa mwaka 1455. Milan hata hivyo ilikataa kuwakaribisha wawakilishi wa Ufaransa wakihofia ujasusi na uwezekano wa kuingilia masuala ya ndani.

Na tukio hili ni miongoni mwa matukio ya mwanzo yanayopigia mstari uhusiano katika ya diplomasia na ujasusi.

Kadri mataifa ya kigeni kama vile Ufaransa na Uhispania yalivyozidi kujihusisha na siasa za Italia ndivyo hitaji la kukubali wajumbe (mabalozi) lilivyozidi kutambuliwa.

Muda si mrefu mataifa yote makubwa ya Ulaya yalikuwa yakibadilishana wawakilishi. Hispania ilikuwa ya kwanza kutuma mwakilishi wa kudumu ilipomteua balozi katika Mahakama ya Uingereza mwaka wa 1487. Kufikia mwishoni mwa karne ya 16, balozi za kudumu zikawa ni kama utaratibu wa kawaida.

Mikataba mingi ya diplomasia ya kisasa ilitengenezwa katika kipindi hiki. Cheo cha juu cha wawakilishi kilikuwa balozi. Balozi kwa wakati huu karibu kila mara alikuwa mtu mtukufu - cheo cha mtukufu kilitofautiana na heshima ya nchi aliyotumwa.

Kanuni za hadhi kwa mabalozi nazo ziliibuka, kwa mfano kuwa na makazi katika eneo kubwa, kuandaa karamu za kifahari, na kuhudhuria matukio muhimu ya taifa mwenyeji.

Huko Roma, balozi za Kikatoliki, Ufaransa na Uhispania wakati mwingine zilijumuisha misafara wa hadi watu mia. Kwa ujumla uendeshaji wa balozi ulikuwa na gharama kubwa.

Hadhi za mabalozi kutoka nje zilipangwa kwa kanuni ambazo mara nyingi zilibishaniwa sana. Kwa Roma, mabalozi kutoka Vatikani walikuwa wa daraja la kwanza, kisha wale kutoka kwa falme, kisha wale wa umwinyi (duchies) na himaya za wana ufalme (principals). Wawakilishi kutoka jamhuri (republic) walichukuliwa kuwa wajumbe wa hadi ya chini kabisa.

Hata hivyo, kwa sababu mabalozi wakati huo walikuwa waheshimiwa wasio na uzoefu na diplomasia, walihitaji kuwa na idadi kubwa ya wafanyakazi wa ubalozi. Wafanyakazi hao walikuwa utaalamu wa sekta mbalimbali ambao walitumwa kwenye majukumu mbalimbali. Kadhalika, walikuwa na uelewa kuhusu nchi mwenyeji.

Baadhi ya wafanyakazi hawa walikuwa majasusi. Na hii inaonyesha tena uhusiano kati ya diplomasia na ujasusi.

Uhitaji wa watu wenye ujuzi wa kuwawezesha kufanya kazi kwenye ulipelekea ongezeko la masomo ya sheria za kimataifa, lugha za kisasa, na historia katika vyuo vikuu kote Ulaya.

Unaweza kufananisha hili na "jinsi watoto wa vigogo wanavyojibidiisha kujiunga na chuo cha diplomasia ili baadaye wapangiwe kazi huko.

Wakati huo huo, wizara za mambo ya nje zilianzishwa karibu katika mataifa yote ya Ulaya ili kuratibu balozi na wafanyakazi wao.

Maendeleo ya diplomasia yalizidi kuenea polepole hadi Ulaya ya Mashariki na hatimaye kufika Urusi mwanzoni mwa karne ya 18. Hata hivyo, mfumo wa diplomasia ulivurugwa sana na Mapinduzi ya Ufaransa kati ya mwaka 1789 na 1799 na miaka iliyofuata ya vita.

Mapinduzi yalipelekea watu wasiotoka katika familia au koo za watawala wakichukua nafasi za kdiplomasia za serikali ya Ufaransa, ikiwa ni pamoja na kuchukuliwa kwa nafasi za wale waliotekwa na majeshi ya mapinduzi.

Vyeo vya awali vilifutwa. Mtawala aliyeibuliwa na vita hiyo, Napoleon Bonapatre pia alikataa kuheshimu kinga ya kidiplomasia (diplomatic immunity), akiwafunga wanadiplomasia kadhaa wa Uingereza wanaotuhumiwa kupanga njama dhidi ya Ufaransa (majasusi?)

Baada ya kuanguka kwa Napoleon, kongresi ya Vienna ya mwaka 1815 ilianzisha mfumo wa kimataifa wa vyeo vya kidiplomasia. Matumizi ya diplomasia katika kutatua migogoro kati ya nchi na nchi yaliendelea kwa karne hadi baada ya Vita vya Pili vya Dunia, ambapo cheo balozi kikawa rasmi.

Diplomasia ya kisasa (modern diplomacy)

Kwa muda mrefu wa historia, diplomasia ilihusika na uhusiano wa nchi mbili, au mazungumzo kati ya mataifa mawili. Nchi au eneo husika mara nyingi lilikuwa na mikataba kadhaa ya biashara au mipaka, kila moja iliwekwa kwa nchi au eneo lingine. Mahusiano ya nchi na nchi nyingine ndio aina ya iliyozoeleka zaidi ya diplomasia.

Katika karne ya 20, diplomasia iliongezeka. Tangu wakati huo, Umoja wa Mataifa (UN), shirika la kimataifa linalofanya kazi ya kukuza ushirikiano na kutatua migogoro kati ya mataifa, limekuwa na jukumu kubwa katika diplomasia. Baraza Kuu, chombo kikuu cha Umoja wa Mataifa, kina wanachama 193 huku Palestina na Vatikani zikiwa "wanachama watazamaji."

Diplomasia pia ilikua ikijumuisha mikutano mbalimbali ya kimataifa. Mikutano hiyo ni pamoja na mikutano kati ya viongozi wakuu wa serikali. Wakati mikutano hiyo huhusisha watu muhimu kutoka sekta mbalimbali kama vile uchumi ambapo viongozi wa biashara, mawaziri wa fedha/biashara na watu wengine muhimu huhudhuria.

Jinsi Diplomasia Inavyofanya Kazi

Diplomasia inakamilishwa kwa mazungumzo, au kujadiliana. Kwa kawaida, kila kundi katika mazungumzo litaomba zaidi ya wanavyotarajia kupata. Kisha wanaafikiana, au kuacha baadhi ya wanachotaka, ili kufikia makubaliano. Mara nyingi, mwanadiplomasia wa nje atasaidia na mazungumzo.

Wakati mwingine, upande mmoja katika mazungumzo hukataa maelewano. Hili linapotokea, wengine wanaohusika katika mazungumzo wanaweza kutumia vikwazo vya kidiplomasia. Vikwazo vya kidiplomasia vinahusisha kupunguza au kuondolewa kwa wafanyakazi wote wa ubalozi kutoka nchi iliyokosa.

Vikwazo vyepesi vya kidiplomasia vinaweza kuhusisha kukataa kwa rais kuzuru nchi iliyokosea au kukutana na viongozi wake.

Nchi zinaweza pia kutishia kutumia vikwazo vya kiuchumi, au adhabu. Kwa mfano nchi nyingi duniani zimeziwekea vikwazo Iran na Korea Kaskazini katika jithada za kuzuia nchi hizo kufanya majaribio ya silaha za nyuklia kinyume cha sheria.

Nyakati nyingine, wanadiplomasia wanatishia kutumia nguvu ikiwa suluhu haitafikiwa. Mnamo 1990, Iraki ilivamia nchi jirani ya Kuwait. Wakati Iraki ilipokataa kuondoka Kuwait, Umoja wa Mataifa uliidhinisha ufumbuzi wa kijeshi. Muungano, au kundi la mataifa yanayofanya kazi pamoja, ulipigana na jeshi la Iraki, na kuwalazimisha kutoka Kuwait.

Mazungumzo yenye mafanikio husababisha makubaliano ya kidiplomasia. Aina rasmi zaidi ya makubaliano ni mkataba, mkataba wa maandishi kati ya nchi.

Kwa mfano, Mkataba wa Versailles wa mwaka 1919 ulikomesha rasmi Vita vya Kwanza vya Dunia. Ulitiwa saini huko Versailles, Ufaransa.

Mikataba mingine inahitaji miaka mingi ya mazungumzo ya kidiplomasia.

Aina nyingine ya makubaliano ni mkataba, ambao hutiwa saini na mataifa mengi na kuwa sheria ya kimataifa. Maarufu zaidi ni Mikataba ya Geneva, ambayo inaelezea matibabu ya wafungwa wa vita, raia, na wafanyikazi wa matibabu katika eneo la vita. Mkataba wa kwanza ulitiwa sahihi huko Geneva, Uswisi, mwaka wa 1864. Mkataba wa nne, na labda muhimu zaidi, ulitiwa sahihi katika 1949 baada ya Vita Kuu ya Pili ya Dunia.

Itifaki, utaratibu usio rasmi wa kidiplomasia, hubadilisha au kupanua makubaliano yaliyopo. Kwa mfano, Itifaki ya Kyoto ulioafikiwa mwaka 1997 na kuanza kufanya kazi mwaka 2005 ni sasisho la Mkataba wa Mfumo wa Umoja wa Mataifa wa Mabadiliko ya Tabianchi wa mwaka 1994.

Kinga ya kidiplomasia

Kinga ya kidiplomasia ni aina ya ulinzi wa kisheria unaotolewa kwa wanadiplomasia ili kuwaruhusu kuepuka nguvu ya sheria katika nchi wanakofanya kazi.

Kinga ya kidiplomasia inatawaliwa na mkataba wa kimataifa uliotiwa saini mwaka wa 1960 unaoitwa Mkataba wa Vienna wa Mahusiano ya Kidiplomasia.

Mtu mwenye kinga ya kidiplomasia anaweza kuepuka uchunguzi wa polisi au kufunguliwa mashitaka ikiwa ameenda uhalifu, au anaweza kuepuka haja ya kujitetea katika kesi ya madai.

Ili nchi mwenyeji iweze kuchukua hatua za kisheria dhidi ya mtu mwenye kinga ya kidiplomasia, inabidi kwanza nchi yake nchi ya asili imwondolee kinga kwanza.

Mkataba wa Vienna unawataka wanadiplomasia kuheshimu sheria za nchi mwenyeji. Jinsi gani mkataba huo utaheshimiwa inategemea pia mahusiano kati ya nchi husika.

Kinga inaweza kutumika kwa waume au wake za wanadiplomasia na wanafamilia wengine.

Uamuzi wa nani ana na nani hana kinga unabakia kwa nchi ambayo ilimtuma mwanadiplomasia husika. Sio juu ya mwanadiplomasia binafsi kudai.

Ikiwa mwanadiplomasia aliye na kinga amefanya uhalifu, hawezi kushtakiwa huko ugenini, lakini anaweza kufukuzwa katika nchi mwenyeji.

Uwezekano kwamba serikali itadai kinga kwa mmoja wa wanadiplomasia wake, au wanafamilia wao, hutegemea mambo kadhaa.

Ya muhimu zaidi ni jinsi mwanadiplomasia alivyo mkuu, na hii inaweza pia kutegemea jinsi jukumu lao lilivyo nyeti - kwa mfano, akiwa jasusi.

Kwa ujumla ni kwamba kinga hutegemea umuhimu wa kazi ya mtu husika kwa serikali yake. Ikiwa mhusika ni mtu anayefanya kazi kwa kiwango cha juu sana cha shughuli za serikali nje ya nchi, ubalozini, au ni jasusi kwa ujumla, basi kiwango cha kinga ya kidiplomasia ni kamili kabisa na hakuna suala mjadala.

Mifuko ya kidiplomasia (diplomatic bag)

Mifuko ya kidiplomasia (*diplomatic bag* almaaruf *dip*) ni kifurushi chochote kilichotambulishwa na kufungwa ipasavyo, pochi, bahasha, begi, au chombo kingine chochote ambacho kinatumika kusafirisha barua rasmi, hati na vipengele vingine vinavyokusudiwa kutumika rasmi kwa mawasiliano kati ya Balozi/ubalozi/maafisa ubalozi na sehemu nyingine maalum (kwa mfano serikali ya nchi yao).

Kwa mujibu wa Mkataba wa Vienna wa Mahusiano ya Kidiplomasia (VCDR), mifuko ya kidiplomasia "haitafunguliwa au kuzuiliwa" na mamlaka yoyote isipokuwa iliyolengwa na mtumaji.

Sheria ya kimataifa haiweki ukomo wowote kwa ukubwa unaoruhusiwa, uzito, au wingi wa mifuko ya kidiplomasia. Hata hivyo sheria hizo zinataka mifuko hiyo iwe na alama maaluma kuonyesha kuwa ni mifuko ya kidiplomasia.

Mara nyingi mifuko ya kidiplomasia hukabidhiwa kwa rubani au shirika la ndege ambao hubeba dhamana kuhakikisha kifurushi husika kinafika salama.

SURA YA SITA: Ujasusi Unavyotumika Kidiplomasia

Katika mazingira ya kawaida, diplomasia huoekana kuwa inahusu uwakilishi nje ya nchi kama vile ubalozi pamoja na jitihada za ushirikiano au kutafuta suluhu.

Hata hivyo, ukweli ni kwamba moja ya majukumu muhimu kwa wanadiplomasia ni wajibu muhimu wa kufuatilia katika vituo vyao vya kazi nje ya nchi na kuripoti na kuripoti.

Je diplomasia inaishia wapi na ujasusi unaanzia wapi? Ni wapi mtu anapaswa kuchora mstari kati ya diplomasia rasmi na ulimwengu wa giza wa ujasusi? "Kila ubalozi duniani una majasusi" anasema Prof Anthony Glees wa Chuo Kikuu cha Buckingham wakati wa mahojiano, mkurugenzi wa Kituo cha Usalama na Stadi za Intelijensia.

Kwa sababu ni kitu kinachotokea siku zote, serikali mbalimbali duniani zipo tayari kufumbia macho kile kinachotokea ndani ya balozi za kigeni. Lakini pia moja ya sababu za kufumbia macho yanayojiri katika balozi za kigeni kuhusiana na ujasusi, ni ukweli kwamba diplomasia hutawaliwa na "nipe nikupe" au "jicho kwa jicho" kwa kimombo wanasema *quid pro quo*. Ukiwatimua maafisa ubalozi wa nchi flani, nchi hiyo nao itawatimua maafisa ubalozi wako.

Majasusi wengi waliopo kwenye balozi za kigeni hufahamika kwa nchi mwenyeji na haswa kwa Idara za Usalama wa Taifa za nchi wenyeji, hususan kitengo cha kupambana na ujasusi - *counterespionage*.

Kanuni isiyo rasmi ni kwamba japo majasusi hao waliojivika kifuniko cha uafisa ubalozi wanafahamika kuwa ni majasusi, hawatochukuliwa hatua yeyote hadi wafanye kitu ambacho ni kinyume cha sheria za nchi mwenyeji.

Na kwa hakika, jitihada za kupambana na ujasusi hujikita zaidi katika kuwatambua majasusi wasiofahamika, wale ambao wanaingia nchi ya kigeni bila kujihusisha na ubalozi wa nchi wanayotoka.

Kwa majasusi waliojivika kifuniko cha uafisa ubalozi, Idara ya Usalama ya nchi mwenyeji inajibidiisha kufahamu mtandao wa kijasusi wa jasusi husika.

Japo itaelezwa zaidi kiundani katika sura zijazo, haswa katika kipengele cha jinsi gani majasusi wanavyofanya kazi, lakini kwa kifupi tu, kazi za kiintelijensia hutegemea zaidi mtandao wa watoa habari, na ndio maana Idara nyingi za Usalama wa Taifa duniani huhitaji kuwa na maafisa wachache tu wanaoweza kukusanya taarifa nyingi kupitia mitandao yao ya watoa habari.

Kwa majasusi, kama itakavyoelezwa kwenye sura husika, jukumu la msingi ni kutengeneza mtandao wa watu walio tayari kusaliti nchi zao na kuwezesha upatikanaji wa siri za nchi hiyo.

Hili ni jukumu hatari sana. Lakini pia ni gumu mno.

Licha ya majasusi waliojivika vifuniko vya uafisa ubalozi kuwa wanafahamika kwa Idara za Usalama wa Taifa za nchi wenyeji, bado wanalazimika kufanya jitihada za kutengeneza mitandao ya watu watakaowapatia taarifa za kijasusi. Kimsingi, hata neno "jasusi" kuna nyakati linamaanisha sio afisa usalama wa taifa bali mtu anayetumiwa na afisa wa idara ya usalama wa taifa wa nchi A kwa minajili ya kupata taarifa za nchi B. Rejea sura ya kwanza iliyoeleza maana na neno ujasusi.

Kitengo cha kupambana na ujasusi kitaendelea kuwafuatilia maafisa ubalozi wanaofahamika kuwa ni majasusi lakini kwa vile vile nao wanafahamu kuwa wanafuatiliwa, watajibidiisha kutekeleza majukumu yao ya kijasusi kwa usiri mkubwa. Na ulimwengu wa intelijensia kwa ujumla ni kama mchezo wa kuzidiana kete, kwa maana kila mmoja anamsoma mwenzie na kutegemea kumzidi akili au kutumia mapungufu yaliyopo.

Ujasusi wa Kidiplomasia ni nini?

Ujasusi wa kidiplomasia ni nyenzo ya kupata taarifa. Kuna aina mbili za ujasusi wa kidiplomasia: opereshoni za siri (*covert operations*) na intelijensia. Zote mbili hutokea kwa usiri ili kuepuka kugunduliwa, na kwa hiyo zinahitaji kuzingatia na maandalizi makubwa. Lakini kimsingi, tofauti kati ya aina hizi mbili sio tu ni ndogo bali pia ni ngumu kubainisha.

Opereshani za siri hujumuisha shughuli zinazofanyika katika maeneo mbalimbali ya kimaisha na zile zinazofanyika mtandaoni. Idara za Usalama wa Taifa hutuma majasusi wake kufanya opereshani hizi hasa kwa minajili ya kushawishi nchi ya kigeni.

Opereshani za siri ni za siri kwelikweli, na kwa hakika zipo katika hatua ya juu kabisa ya ujasusi. Opereshani hizi zinaweza kuwa za kutumia mabavu kulazimisha ajenda, kutumia hujuma, wizi, hujuma za kisiasa na propaganda.

Katika aina ya pili ya ujasusi wa kidiplomasia kuna makundi mawili: ukusanyaji wa taarifa za kiintelijensia na uchambuzi wa taarifa hizo. Kwa mujibu wa sheria za kimataifa, ukusanyaji wa taarifa za kiintelijensia nje ya nchi ni kosa japo ni mpaka ni shughuli pevu kulithibitisha.

Umuhimu

Hata kama nchi ni marafiki, urafiki wao unakuwa wa mashaka kama hazijuani vya kutosha. Lakini wakati nchi zinaweza kuwa marafiki kwa maana ya kuwa na uhusiano mazuri au zenye kushirikiana, kijasusi - na kwa hakika kiintelijensia - kila nchi ni adui, kama si wakati uliopo basi ni wakati ujao, yaani adui mtarajiwa.

Kwahiyo ni lazima kufahamu kinachoendelea katika nchi nyingine. Kwa njia "halali" kama za kutumiwa diplomasia ya kijasusi au kwa kutumia majasusi kamili pasi kuhusisha miundombinu ya kidiplomasia.

Kama ilivyoelezwa katika sura iliyopita, diplomasia ina nafasi muhimu katika uhusiano wa kimataifa. Mchango wa diplomasia katika kuleta amani ni mkubwa kama ulivyo katika kuepusha migogoro sambamba na katika kuimarisha mahusiano baina ya nchi na nchi.

Sasa ukichanganya na ujasusi, diplomasia sio tu ina miundombinu mbalimbali ya kuwezesha ujasusi kufanyika kwa ufanisi bali pia ukweli kwamba diplomasia makini ni ile inayowezeshwa na taarifa za kiintelijensia ikiwa ni pamoja na ujasusi unaofanyika kupitia diplomasia.

Kwa mfano, kabla ya nchi kuafiki kusaini mkataba na nchi nyingine, ni muhimu kwa kila taifa kufahamu faida na hasara za mkataba huo. Lakini mara nyingi, faida zinazotajwa huwa tofauti na faida halisi. Na huwa kuna jitihada kubwa za kuficha hasara za mkataba husika.

Kwahiyo ni wajibu wa Idara ya Usalama wa Taifa ya nchi husika kujiridhisha kuwa mkataba huo utakuwa na faida halisi na endapo kuna hasara basi nazo zinafahamika, kisha kupimwa dhidi ya faida (*cost-benefit analysis*).

Sheria za kimataifa

Mkataba wa Vienna wa Mahusiano ya Kidiplomasia wa 1961, unatoa mwongozo wa kina kuhusu shughuli ya kidiplomasia, ambapo mwongozo huo unatanabaisha kuhusu, kwanza, usawa huru wa mataifa na, pili, wajibu wa kudumisha utaratibu wa kimataifa kwa kukuza mahusiano ya kirafiki kati ya mataifa.

Mkataba unafafanua kazi ya diplomasia, kinga na uwakilishi wa maslahi ya taifa na wajibu wa kudumisha amani kimataifa. Katika Mkataba hu, imeelezwa bayana kwamba njia ya kupata taarifa inaweza tu kwa njia halali.

Hata hivyo, Mkataba huo haubainishi kwa usahihi njia gani ni halali.

Lakini inafahamika kuwa matendo kama mwanadiplomasia kutoka nje kuwasiliana na watu ambao hawajaidhinishwa hutafsiriwa kama ishara za ujasusi.

Ukiukaji wa mara kwa mara wa njia halali (njia zinazoruhusiwa) katika kazi ya wanadiplomasia kutokea kuhusiana na ujasusi.

Kichekesho ni kwamba kwa sehemu kubwa, kinga kwa wanadiplomasia ni kama imewekwa kwa ajili ya kuwawezesha wanadiplomasia kujihusisha na ujasusi.

Ujasusi ni moja ya aina mbili kuu za makosa ya ukiukwaji wa kinga ya kidiplomasia. Aina nyingine ni ugaidi. Aina hizi mbili hufahamika kama ukiukwaji wa kisiasa, tofauti na ukiukwaji wa binafsi, kwa mfano mwanadiplomasia anapokiuka taratibu za usalama barabarani.

Hata hivyo, wanadiplomasia wengi huwa hawakiuki kinga hiyo ya kidiplomasia, na kwa wachache wanaokiuka, mara nyingi huwa ukiukwaji wa binafsi kuliko wa kisiasa.

Kuhusu sheria za kimataifa na ujasusi, kuna mitazamo miwili ya msingi. Mtazamo wa kwanza ni kwamba sheria za kimataifa hazizuwii bayana shughuli za kiintelijensia. Kwa maana nyingine ni kama sheria za kimataifa zinaruhusu ujasusi japo haijawekwa wazi.

Mtazamo wa pili ni ushirikiano baina ya mataifa katika masuala ya intelijensia. Kwa mfano, japo Marekani inafahamu kwamba Israeli inatumia wengi wa wanadiplomasia wake nchini humo, nchi hizo mbili zina ushirikiano wa kiintelijensia.

Sheria za kimataifa zinaruhusu nchi kujilinda. Lakini ili nchi kujilinda, inahitaji taarifa kuhusu nchi nyingine, ambazo hupatikana kwa njia ya ujasusi. Je haki ya kujilinda inatoa ruhusa kwa nchi kufanya ujasusi dhidi ya nchi nyingine?

Na kwa mujibu wa Sheria ya Kimataifa ya Migogoro inayohusisha Silaha (*International Law of Armed Conflicts*), ujasusi sio jambo linalozuiliwa. Hata hivyo, sheria za kimataifa hazimtambui jasusi aliyekamatwa kazini kama "mateka wa vita" (*prisoner of war*).

Katika stadi za sheria za kimataifa kuhusiana na ujasusi, kuna angalau mitazamo mitatu ya msingi. Mtazamo wa kwanza ni ujasusi kama suala ambalo "sio lisilo la kisheria" (*not illegal*). Mtazamo wa pili ni ujasusi kama suala ambalo ni kosa la jinai (criminal offence). Mtazamo wa tatu ni ujasusi kama suala ambao sio lisilo halali wala sio halali (*neither illegal nor legal*).

Japo sio mwafaka unaokubalika kwa wote, ujasusi unaonekana kama shughuli ambayo haina mwafaka kimtazamo wa sheria za kimataifa.

Kufukuzwa kwa wanadiplomasia wa Urusi

Kama kuna mfano mzuri na wa hivi karibuni zaidi ni matukio ya kufukuzwa kwa wanadiplomasia wa Urusi katika nchi mbalimbali hususan za Magharibi. Kwa mujibu wa shirika la habari la Urusi TASS, hadi kufikia Januari mwaka huu zaidi ya wanadiplomasia 600 wa Urusi wametimuliwa na nchi za Magharibi.

Japo baadhi ya nchi zilizowatimua wanadiplomasia hao hazikuwatuhumu kuwa ni majasusi, lakini timua timua hiyo imeibua upya mjadala kuhusu mstari mwembamba kati ya diplomasia na ujasusi.

Kadhalika, nchi za Magharibi zimejikuta lawamani kwamba zimekuwa zikifumbia macho harakati za kijasusi za Urusi na badala yake zimetilia mkazo zaidi mapambano dhidi ya ugaidi, sambamba na kutegemea zaidi kunasa mawasiliano (*intercepts*).

Lakini pia kufahamika kwa idadi kubwa ya wanadiplomasia waliotimuliwa kumezua mjadala mwingine kuhusu kwanini nchi za Magharibi zinaruhusu Urusi kuwa na wanadiplomasia wengi kiasi hicho ilhali inafahamika bayana kuwa wengi wao kama si wote ni majasusi.

Kwa mfano Urusi ina wanadiplomasia 290 nchini Austria ilhali nchi hiyo ina wanadiplomasia 30 tu huko Urusi. Kumekuwa na maoni kwamba kuna haja ya uwepo wa uwiano kati ya idadi ya wanadiplomasia kati ya nchi husika.

SURA YA SABA: Kifuniko (*cover*) cha jasusi

Moja ya kanuni muhimu za utumishi katika Idara ya Usalama wa Taifa ya nchi yoyote ile ni usiri. Na pamoja na sababu nyingine za msingi, usiri sio tu humuwezesha afisa wa Idara ya Usalama wa Taifa ya nchi husika kufanya kazi yake kwa ufanisi, bali pia ni "silaha" muhimu inayoweza kuchora mstari kati ya kubaki hai au kukutana na kifo.

Kwa vile taratibu za ajira katika Idara za Usalama wa Taifa duniani zipo tofauti, pengine mfano mzuri ni ajira za Idara ya Usalama wa Taifa zilivyokuwa huko nyuma (yaani tofauti na zama hizi)

Zama hizo, baada ya Idara ya Usalama wa Taifa kumtambua mtu inayemhitaji na kuwasiliana nae, mtu huyo alitakiwa kufanya mawasiliano yote na taasisi hiyo kuwa siri kuu, kwa maana kwamba hakuruhusiwa kumfahamisha mtu mwingine yeyote yule, hata wazazi wake.

Kwa mfano hai, ilimgharimu Jasusi zaidi ya miaka mitano kuwafahamisha wazazi wake kuwa anafanya kazi gani. Na hata katika kuwaambia, maelezo yalikuwa ya juujuu tu.

Na kwa mfano hai mwingine, Jasusi aliweza kusoma chuo kikuu cha Dar es Salaam kwa miaka mitatu huku baadhi ya nyakati akilazimika kwenda ofisini, lakini hakuwahi kutokea mtu aliyefahamu kuwa "jasusi alikuwa mtu wa kitengo."

Na usiri huo ulikuwa ni lazima kwa sababu nyakati hizo, chuo kikuu cha Dar es Salaam kilikuwa kikikabiliwa na migomo ya mara kwa mara. Na wanachuo walikuwa wanahisi kuwa miongoni mwao kuna watu wa Idara ya Usalama wa Taifa, na waliwindwa kwelikweli ili "wakomeshwe." Kwahiyo usiri hapo halikuwa suala la hiari, kwani laiti mwanachuo angefahamika kuwa ni mtu wa kitengo, "angesulubiwa."

Kadhalika, mara baada ya kutoka mafunzoni, Jasusi aliteuliwa kushiriki kwenye operesheni moja hatari maeneo ya mjini kati, jijini Dar. Ili kupata taarifa kusudiwa, ilibidi kujiingiza kwenye kundi lililokuwa linahusika na uhalifu flani. Wahusika wa kundi hilo walikuwa watu hatari ambao kwa hakika wasingesita kuchukua hatua dhidi ya "mtu wa Idara ya Usalama wa Taifa" pindi wangemfahamu.

Na japo wakati huo Jasusi alikuwa akiishi kwenye kambi ya maafisa waliokuwa wametoka chuoni - ambayo ilikuwa ikifahamika hata kwa raia wa kawaida - aliweza kutekeleza majukumu yake kwenye operesheni hiyo kwa ufanisi na lengo kusudiwa lilifikiwa, lakini bila wahusika kufahamu kuwa "Jasusi hakuwa mwenzao."

Sasa, wakati angalau kuna unafuu kidogo endapo utambulisho wa afisa wa Idara ya Usalama wa Taifa utafahamika (kwa bahati mbaya au makusudi) akiwa ndani ya nchi, madhara kwa jasusi aliyetumwa nje ya nchi kwenye operesheni ya kijasusi ni makubwa sana.

Lakini kabla ya kuingia kwa undani katika hilo, ni muhimu kufahamu nyenzo inayotumiwa na majasusi kulinda usiri wao katika kutekeleza majukumu yao nje ya nchi. Nyenzo hiyo hufahamika kwa Kiswahili kama KIFUNIKO, kwa Kiingereza *cover*.

Kifuniko

Kifuniko ni kitu kinachotumika kuficha ukweli kuhusu jasusi. Kifuniko kinaweza kuwa jina, kazi, au hata maelezo tu. Lakini endapo ni maelezo tu, basi maelezo husika hufahamika kama *cover story* yaani maelezo yanayotumika kama kifuniko cha jasusi.

Kuna vifuniko vya aina mbili.

Cha kwanza ni kile kilichogusiwa katika sura iliyopita ambapo majasusi hutumia diplomasia kama kifuniko chao. Kifuniko hicho hufahamika kama *official cover* yaani kifuniko rasmi.

Kifuniko cha aina ya pili - na cha hatari zaidi - kile kinachofahamika kama "*non-official cover*" -kwa kifupi NOC. Hiki ni kifuniko kisicho rasmi.

Kiuhalisia iko hivi: endapo jasusi anayetumia kifuniko cha uafisa ubalozi atafanya kosa, kwa upande mmoja kuna ile kinga iliyoongelewa kwenye sura iliyopita, "kinga ya kidiplomasia" (*diplomatic immunity*), ambapo sanasana ataishia kutimuliwa katika nchi husika. Mifano hai ni mamia ya "maafisa ubalozi" wa Urusi wanaotimuliwa katika nchi mbalimbali za Magharibi.

Lakini jasusi anayetumia non-official cover akikamatwa, kuna mawili. Aidha kifungo au kifo kabisa. Hata hivyo, adhabu inategemea mazingira yalivyo.

Kwa mfano, kama nchi ni marafiki, jasusi akikamatwa anaweza pia kufukuzwa katika nchi husika. Hata hivyo, kukamatwa kwake kutachafua urafiki katika ya nchi husika. Kwa sababu, kiintelijensia, kila nchi hata zilizo rafiki inafahamu kuwa nchi nyingine inafanya ujasusi. Sasa muhimu sio kutambua kuwa kuna ujasusi unafanyika bali pia kuudhibiti.

Jasusi asiye na *cover* akikamatwa, itategemea ana umuhimu gani kwa nchi anayotoka. Kama ni jasusi muhimu, nchi husika itakiri kumtambua mtu huyo, na katika mazingira hayo, kuna uwezekano akafukuzwa na kurudishwa nchi anayotoka.

Lakini kama ni jasusi "asiye na umuhimu mkubwa," nchi yake itamkana.

Majasusi hufahamishwa kuhusu hilo kabla ya kwenda kwenye operesheni zao. Kimsingi, maafisa wa Idara ya Usalama wa Taifa hufahamishwa kuwa kukamatwa katika nchi ya kigeni kunaweza kumaanisha kifo kwa afisa husika.

Kwa nchi zenye uhasama, kwa mfano Irani na Israeli, uwezekano wa jasusi kusalimika akikamatwa ni mdogo. Lakini pia zama hizi kuna balaa za vikundi vya kigaidi. Ili kupata taarifa, inawalazimu majasusi kujipenyeza kwenye vikundi hivyo. Sasa ni wazi kuwa kikundi cha watu waofanya mashambulizi kwa kujitoa mhanga, hawatosita kumtoa uhai mtu watakayembaini kuwa anawapeleleza.

Hata hivyo, nchi nyingi hupendelea kuwafunga majasusi inaowakamata badala ya kuwaua. Moja ya sababu za msingi ni kwamba kwa mfano jasusi wa nchi A akikamatwa na kunfungwa na nchi B, siku ya siku, jasusi wa nchi B akikamatwa na nchi A, kitakachofanyika ni kubadilishana wafungwa husika.

Lakini kwa vile nchi B haijui ni lini jasusi wake atakamatwa nchini A, basi mara nyingi kifungo cha jasusi wa nchi A aliyekamatwa na kufungwa nchi B huwa kirefu kwa minajili ya "kumhifadhi kama tahadhari." Kwamba "wakae nae mpaka atakapokuwa na umuhimu wa kubadilishana wafungwa."

Wakati ni rahisi kumleta jasusi ubalozini na akatumia uanadiplomasia wake kama kifuniko cha kazi yake, jasusi asiye na kifuniko hulazimika kutumia sababu halali japo zinazoficha dhamira yake kuhusu nini hasa kimemleta huko aliko.

Kwa mantiki hiyo, kifuniko cha jasusi asiye na kifuniko hupaswa kuwa cha kina kirefu, kwa lugha ya kijasusi *deep cover spy*. Kwa kawaida, majasusi wa aina hii huenda nchi husika na kukaa huko muda mrefu kabla ya kuanza kazi iliyowaleta. Jinsi gani wanafanya kazi, itaelezwa kwa kina kwenye sura husika huko mbeleni.

Hata hivyo, kwa kifupi tu, ujasusi huhusisha kupata watu wanaoweza kumpatia jasusi siri zinazohitajika. Hili ni zoezi gumu sana. Na la hatari mno. Kwa sababu kimsingi jasusi analazimika kupata watu wa kuisaliti nchi yao.

Na hata akifanikiwa kupata mtu, hawezi kuwa na uhakika wa asilimia 100 kuwa mtu huyo sio mtego, maana kwenye ujasusi kuna mbinu ya "kumwaga mtama ili unase njiwa" yaani yanaweza kutengenezwa mazingira ya siri kuibiwa lakini lengo ni kumnasa mwizi wa siri hizo.

Vilevile, wakati jasusi anaweza kufanikiwa kulinda kifuniko chake, mtoa habari wake akikamatwa anaweza kusababisha kifuniko cha jasusi aliyemtuma kufahamika. Kwa maana hiyo, jasusi analazimika kuhakikisha sio tu anapata mtoa habari bali pia anampatia mafunzo yatakayowezesha asikamatwe.

SURA YA NANE: Tofauti kati ya Jasusi (spy) na Afisa Usalama wa Taifa (Intelligence Officer)

Je kuna tofauti kati ya jasusi (*spy*) na afisa usalama wa taifa (*intelligence officer*)? Jibu fupi ni NDIYO.

Jibu refu ni kwamba **WAKATI KILA JASUSI ANAHUSIANA NA UAFISA USALAMA WA TAIFA, SIO KILA AFISA USALAMA WA TAIFA ANAHUSIANA NA JASUSI.**

Kadhalika, **WAKATI TAKRIBAN KILA UJASUSI UNAHUSIANA NA UAFISA USALAMA WA TAIFA, SIO NYAKATI ZOTE UAFISA USALAMA WA TAIFA UNAHUSIANA NA UJASUSI.**

Hapo inaweza kukuchanganya kidogo. Tulia!

Kwanza, huko nyuma imeelezwa kuwa neno jasusi lina maana mbili kutegemea muktadha. Maana ya kwanza ni afisa wa Idara ya Usalama wa Taifa anayetumwa nje ya nchi kusaka taarifa za kiusalama. Kitendo anachofanya afisa huyo kinaitwa ujasusi, na yeye ni jasusi.

Tafsiri ya pili inahusiana na shughuli ya kusaka taarifa nje ya nchi zinavyofanyika. Kama ilivyoelezwa katika sura zilizotangulia, ili kuweza kupata taarifa za kiusalama nje ya nchi, afisa wa Idara ya Usalama wa Taifa aliyetumwa nje ya nchi (jasusi - kwa kuzingatia definition ya hapo juu) hulazimika kupata watu ndani ya nchi ya nje aliyokwenda kusaka taarifa husika, ili wamwezeshe kupata taarifa hizo. Sasa watu hao, japo si waajiriwa rasmi wa Idara ya Usalama wa Taifa, sio tu wanachofanya ni ujasusi bali pia mara nyingi nao huitwa majasusi.

Kwa maana nyingine, jasusi anaweza kuwa Afisa Usalama wa Taifa wa nchi A aliyetumwa nchi B kusaka taarifa za kiusalama lakini pia jasusi anaweza kuwa mtu ambaye si afisa usalama wa taifa wa nchi A lakini ni mkazi wa nchi B ambaye anamtumikia Afisa Usalama wa taifa wa nchi A aliyetumwa nchi B kusaka taarifa za kiusalama.

Hata hivyo, ni muhimu kutanabaisha kwamba kuwa na access na taarifa zinazohitajiwa na Idara ya Usalama wa Taifa ya nchi nyingine si jukumu analoweza kukabidhiwa mtu wa kawaida, kwa maana kwamba katika mazingira ya kawaida, jukumu la ulinzi wa taarifa nyeti za serikali huwa mikononi mwa watu wenye uwezo wa kuhifadhi taarifa hizo.

Kwahiyo, kwa ujumla, jukumu la utunzaji wa taarifa nyeti za nchi huwa mikononi mwa Idara ya Usalama wa Taifa ya nchi husika. Lakini chukulia mfano wa nchi kama Tanzania. Kuna maeneo mbalimbali ambayo yanaweza kuwa na taarifa nyeti zinazoweza kuhitajiwa na mataifa mengine. Pengine Hazina. Pengine Benki Kuu. Pengine Bandari.

Kwahiyo si kazi ngumu kubaini kuwa jukumu la ulinzi wa taarifa mbalimbali ni pana lakini haiwezekani kwa kila mtumishi katika maeneo yenye taarifa nyeti akawa pia mtumishi wa Idara ya Usalama wa Taifa.

Na kimsingi, Idara za Usalama wa Taifa katika nchi mbalimbali duniani huwa na maafisa wachache tu huku zikitegemea mifumo ya watoa habari.

Mazingira hayo, ya maafisa wachache wa Idara ya Usalama wa Taifa na upana wa maeneo yanapaswa kulindwa nao, yanapelekea changamoto katika ulinzi wa taarifa muhimu. Na changamoto ni fursa. Kwa majasusi kutoka nchi za nje.

Kila idara ya usalama wa taifa duniani inahangaika kumpata afisa usalama wa taifa wa nchi jirani anayeweza kurubuniwa kuisaliti nchi yake. Hata hivyo, hili ni zoezi gumu sana, na lenye hatari nyingi. Kwa upande mmoja, afisa usalama wa nchi A anayejaribu kumfanya afisa usalama wa taifa wa nchi B awe msaliti, akikamatwa anaweza kukabiliwa na kifungo kirefu au hata kifo.

Kwa upande mwingine, afisa usalama wa taifa anayesaliti nchi yake, akibainika, adhabu yake ni kubwa, kifungo kirefu au hata kifo.

Japo hata mtu asiye afisa wa idara ya usalama wa taifa ambaye anaitumikia idara ya usalama wa taifa ya nchi nyingine akikamatwa anakabiliwa na kifungo kirefu au hata kifo, ni rahisi kuwa *recruited* kuliko afisa kamili wa idara ya usalama wa taifa ya nchi husika.

Aldrich Ames

Aldrich Ames alikuwa afisa wa shirika la ujasusi la Marekani (CIA) aliyekamatwa mwaka 1994 kwa tuhuma za ujasusi dhidi ya nchi yake, akifanya hivyo kwa ajili ya taifa hasimu la Urusi.

Usaliti aliofanya Ames unatajwa kwamba ni mkubwa zaidi na wa kihistoria katika historia ya CIA na Marekani kwa ujumla, huku ikielezwa kuwa alivujisha taarifa zaidi ya 100 za operesheni za siri za CIA, sambamba na kuwasaliti maafisa wenzie zaidi ya 30.

Kabla ya anguko la Umoja wa Jamhuri za Kisoshalisti za Kisovieti (USSR) mwaka 1991, Ames alivujisha taarifa mbili nyeti sana zilizohusu operesheni za CIA nchini Urusi. Taarifa ya kwanza ilihusu mitambo ya CIA ya kunasa sauti kwenye maeneo mbalimbali ya Urusi, na taarifa nyingine ilihusu masuala ya jeshi la Urusi.

Ames ambaye alikuwa akimudu Kirusi, na alikuwa mkuu wa kitengo cha kuzuwia ujasusi cha CIA, alianza kufanya usaliti mwaka 1985. Miongoni mwa taarifa za awali alizowapatia Warusi ni za maafisa wao wawili waliokuwa wakifanya kazi kwenye ubalozi wa Urusi jijini Washington, ambao walikuwa wamerubuniwa na Wamarekani. Kimsingi maafisa hao walikuwa majasusi wa Urusi lakini pia walikuwa wakiitumikia Marekani kwa usiri mkubwa.

Majasusi wa aina hiyo hufahamika kama *double agents*, yaani wanaotumikia Idara ya Usalama wa Taifa zaidi ya moja. Maelezo zaidi kuhusu double agents yatakuwemo kwenye sura inayohusu utendaji kazi wa majasusi.

Kama ilivyoelezwa awali kuwa adhabu dhidi ya mtu anayesaliti siri za nchi inaweza kuwa kifo, CIA walipatwa na mshtuko baada ya maafisa wa Urusi waliokuwa wakiitumikia Marekani kwa siri kuuawa, ikimaanisha kuwa siri yao imefahamika. Na uwezekano mkubwa wa siri hiyo kufahamika ni kwa sababu kuna *mole* ndani ya CIA. Kama ambavyo *double agent* itaelezewa kwa kina huko mbeleni, neno *mole* pia litafafanuliwa kwa kirefu huko mbeleni, ila kwa kifupi ni mtu "aliyepandikizwa" kwenye Idara ya Usalama wa Taifa.

Mwaka 1986, CIA walianza uchunguzi lakini bahati nzuri kwake, uchunguzi huo uliishia kuwaibua maafisa wengine wawili wa CIA waliokuwa wakitoa siri kwa Urusi. Kwahiyo, kufahamika kwao kulitoa fursa kwa Ames kuendelea na usaliti wake.

Kati ya mwaka 1986 na 1991, majasusi watatu wa Urusi ambao walikuwa *double agents* wanaotumiwa na CIA walipotea, na kuzidisha shaka kuwa kuna *mole* ndani ya CIA ambaye amewafahamisha Warusi kuhusu majasusi hao.

Licha ya CIA kuishirikisha FBI mwaka 1991, na Ames kuwemo ndani ya watuhumiwa 20, alifanikiwa kupasi vipimo viwili vya kupimwa ukweli, yaani *polygraph tests*.

Baadaye mwaka huo, FBI walishauri Ames ahamishiwe kitengo cha kupambana na madawa ya kulevya wakati wanaendelea kumpeleleza. Pia walifanikiwa kupata kibali cha kunasa mawasiliano ya afisa huyo.

Mitambo ya kunasa mawasiliano ilifanikiwa kuthibitisha kuwa Ames alikuwa akiisaliti nchi yake kwa kuipatia Urusi taarifa za siri, na alikamatwa Februari 1994. Baadaye alipoulizwa kwanini aliamua kuisaliti nchi yake, alisema kuwa ni tamaa tu ya fedha. Usaliti wake ulimwezesha kupata zaidi ya dola za kimarekani milioni 2.7. Alihukumiwa kifungo cha maisha jela. Kwa sasa ana miaka 81 akiendelea na kifungo cha maisha.

SURA YA TISA: Mtu Anawezaje kuwa Jasusi? [Majasusi Wanapatikanaje?]

Pengine hii ni nafasi mwafaka kwa mwandishi kueleza jina la "jasusi" kama ambavyo watu wengi wamekuwa wakimuita, lilitoka wapi. Tofauti na hisia za baadhi ya watu kuwa alijipachika jina hilo, ukweli ni kwamba muasisi ni mtu anayeitwa Cyprian Musiba, ambaye katika utawala wa Rais wa zamani wa Tanzania, marehemu John Magufuli, alijipa jukumu la kuwaandama watu aliowaona ni tishio kwa utawala wa kiongozi huyo.

Mara kadhaa Musiba alimtaja mwandishi wa sura hii kuwa ni jasusi anayetumiwa na taasisi za kijasusi za nchi za Magharibi kwa lengo la kumpindua marehemu Magufuli.

Kwa vile hakukuwa na uwezekano wa kumzuwia mtu huyo kutoa tuhuma hizo au kuacha kumuita mwandishi jasusi, ikamlazimu mwandishi atumie mbinu ya sio tu kulikubali jina hilo bali pia na yeye mwenyewe kuanza kulitumia kama utambulisho wake.

Na matokeo yake, licha ya Musiba kuendeleza tuhuma zake dhidi ya mwandishi, jina la jasusi likapoteza ile hali ya kuwa kama kashfa flani. Na tangu wakati huo, jina la jasusi likabaki na mwandishi.

Hata hivyo, mwandishi aliwahi kuwa mtumishi wa Idara ya Usalama wa Taifa nchini Tanzania kwa miaka kadhaa. Kama aliwahi kuhusika na ujasusi au la ni jambo ambalo hawezi kuliongelea kwa sababu za kimaadili.

Jasusi kama mtumishi wa Idara ya Usalama wa Taifa

Je kuna tofauti kati ya jasusi (spy) na afisa usalama wa taifa (intelligence officer)? Jibu fupi ni **NDIYO**.

Jibu refu ni kwamba **WAKATI KILA JASUSI ANAHUSIANA NA UAFISA USALAMA WA TAIFA, SIO KILA AFISA USALAMA WA TAIFA ANAHUSIANA NA JASUSI.**

Kadhalika, **WAKATI TAKRIBAN KILA UJASUSI UNAHUSIANA NA UAFISA USALAMA WA TAIFA, SIO NYAKATI ZOTE UAFISA USALAMA WA TAIFA UNAHUSIANA NA UJASUSI.**

Kadhalika sura hiyo ilieleza kuwa neno kama ambavyo neno ujasusi linaweza kuwa na tafsiri mbili zinazokaribiana, neno jasusi pia linaweza kuwa na tafsiri mbili zinazokaribiana pia.

Kwamba, maana moja ya ujasusi ni kitendo cha nchi kuwatumia maafisa wa Idara ya Usalama ya nchi hiyo kusaka taarifa za kiusalama za nchi nyingine. Kitendo hicho ni ujasusi.

Hata hivyo, maafisa hao wa Idara ya Usalama wa Taifa wa nchi husika wakifika kwenye nchi inayolengwa, hulazimika kutumia watu wanaohusiana na nchi hiyo lengwa ili kuweza kupata taarifa husika. Kwahiyo, hata kitendo cha nchi kusalitiwa na watu wake kuiwezesha Idara ya Usalama wa Taifa wa nchi nyingine kupata taarifa ni ujasusi pia.

Kwa upande mwingine, afisa wa Idara ya Usalama wa Taifa wa nchi moja anayetumwa kwenda nchi nyingine kusaka taarifa za usalama za nchi hiyo huitwa jasusi. Na akifika huko, na kupata watu wa kumsaidia kupata taarifa hizo, watu hao pia hufahamika kama majasusi.

Katika muktadha wa afisa wa Idara ya Usalama wa Taifa kutumwa nje ya nchi kufanya ujasusi, ina maana kila jasusi ni afisa wa Idara ya Usalama wa Taifa husika. Hata hivyo, sio kila afisa wa Idara ya Usalama wa Taifa ni jasusi.

Katika muktadha wa afisa wa Idara ya Usalama wa Taifa kutumwa nje ya nchi, na akifika huko akatengeneza mtandao wa "majasusi", baadhi yao wanaweza kuwa maafisa wa Idara ya Usalama wa Taifa ya nchi husika - japo hii sio tu ni ngumu sana bali pia ni hatari kubwa - lakini mara nyingine majasusi wanaotumiwa kuzisaliti nchi zao ni watu wenye *access* kwenye chanzo cha taarifa husika, ilhali sio maafisa wa Idara ya Usalama wa Taifa ya nchi husika.

Kutoka afisa wa Idara ya Usalama wa Taifa hadi kuwa jasusi

Ukihitaji kufahamu njia mbalimbali zinazotumiwa na Idara za Usalama wa Taifa za nchi mbalimbali duniani kupata maafisa wa baadaye wa taasisi hizo, unashauriwa kusoma kitabu cha *"Afisa Usalama wa Taifa ni Mtu wa Aina Gani? Na Anafanya Nini?"* maarufu kama "kitabu cha SHUSHUSHU."

Kwahiyo, ukishasoma na kuelewa jinsi gani maafisa wa Idara ya Usalama wa Taifa wanapatikanaje, hatua inayofuata ni kufahamu inakuwaje afisa husika anaweza kuja kuwa jasusi.

Mafunzo

Safari ya afisa wa Idara ya Usalama wa Taifa kuwa jasusi huanza tangu akiwa mafunzoni. Kwa Tanzania, na kwa nchi nyingi duniani, jukumu la wakufunzi katika chuo cha kozi ya awali ya kuwa afisa wa Idara ya Usalama wa Taifa sio kufundisha tu bali pia "kuwasoma" wanafunzi wao na hatimaye kushauri "vitengo" gani vitawafaa baada ya kumaliza mafunzo.

Ni katika namna ndivyo maafisa wa Idara ya Usalama wa Taifa ya Tanzania inavyopata maafisa wa kikosi cha ulinzi wa viongozi (PSU).

Kitu cha kwanza kumfanya Jasusi atamani kuwa afisa wa Idara ya Usalama wa Taifa ni kusomewa kitabu kimoja cha

James Bond. Kusomewa kwa sababu wakati huo Jasusi alikuwa mdogo tu, na alikuwa hafahamu lugha ya Kiingereza iliyotumuka kwenye kitabu hicho...

Japo kila mwanafunzi wa kozi ya uafisa wa Idara ya Usalama wa Taifa ya nchi husika anatakiwa kuwa na akili ya ziada, ujasusi unahitaji akili zaidi ya akili za ziada. Na hili hubainika wakati wa mafunzo.

Baada ya wakufunzi kutambua vipaji na kuwasilisha majina kwa mamlaka husika, watakapomaliza mafunzo na kuwa maafisa kamili wa Idara ya Usalama wa Taifa, wanatarajiwa kufanya kazi za medani kama maafisa wengine.

Inaweza kuchukua miaka kadhaa wakati maafisa hawa wanatekeleza majukumu mengine, lakini wakati huo wote wakiwa chini ya uangalizi, ambapo wenyewe hawajui kuwa wanaandaliwa kukabidhiwa majukumu mazito huko mbeleni.

Wakati mwafaka ukifika, kuna uwezekano wa afisa husika kupelekekwa mafunzoni tena kwa ajili ya kuongeza ujuzi katika fani moja au nyingine, lakini pasi kuambiwa kuwa anaandaliwa kuwa jasusi. Vinginevyo, kwa mujibu wa taratibu za Idara ya Usalama wa Taifa ya Tanzania, anaweza kupelekwa kwenye Kurugenzi ya Operesheni za Nje. Huko nako anaweza kukaa hata miaka kadhaa.

Kutoka hapo, afisa huyo anaweza kupelekwa Wizara ya Mambo ya Nje kwa minajili ya kujifunza masuala ya diplomasia, lakini hii ni pale tu ambapo anatarajiwa kuwa jasusi aliyechomekwa ubalozini badala ya jasusi atakayefanya majukumu yake bila kuhusiana na ubalozi.

Kanuni ya msingi ya ujasusi ni maandalizi. Pasipo maandalizi sahihi, sio tu operesheni husika inaweza isianze bali pia hata ikianza inaweza isifanikiwe. Lakini maandalizi hayatoanza mpaka jasusi mtarajiwa atakapoonekana kuwa ameiva vya kutosha na yupo tayari kutumwa kwenye operesheni husika.

Maandalizi yapo katika hatua mbili.

Ya kwanza ni ya kabla ya kuondoka katika nchi husika, na haya ni ya muhimu zaidi kwani yatarahisisha hatua ya pili ambayo ni ya maandalizi baada ya kufika nchi husika.

SURA YA KUMI: Jinsi Jasusi Anavyopata Watoa Habari Nje ya Nchi na Kujipenyeza Eneo Kusudiwa

Jinsi jasusi anavyopata watoa habari nje ya nchi na kujipenyeza eneo kusudiwa

Sura iliyopita imeeleza jinsi majasusi wanavyopatikana. Kwa lugha nyingine, sura ilieleza jinsi gani mtu anaweza kuwa jasusi.

Kadhalika, sura imeeleza kuhusu tafsiri mbili za maneno "jasusi" na "ujasusi." Ilielezwa kwamba katika mazingira ambapo afisa wa Idara ya Usalama wa Taifa wa nchi A anatumwa nchi B kutafuta taarifa za kiusalama, afisa huyo anaitwa jasusi na kitendo anachofanya kinaitwa ujasusi.

Hata hivyo, afisa huyo anapokuwa nje ya nchi, huhitaji kupata watu wa kumwezesha kupata taarifa kusudiwa. Na ili aweze kufanikisha hilo, hulazimika kupata watu wa waofahamika kama watoa habari (kwa lugha ya kiintelijensia ni *intelligence sources* au kwa kifupi *sources* ilhali polisi huwaita informers).

Lakini kwa vile watu hao wanachofanya ni ujasusi, nao pia huitwa majasusi. Hata hivyo, baadhi yao wanaweza kuwa sio waajiriwa wa Idara ya Usalama wa Taifa ya nchi inayochunguzwa.

Kadhalika, katika sura iliyopita, ilishauriwa kusoma kitabu bora kabisa cha *Afisa Usalama wa Taifa ni Mtu wa Aina Gani? Na Anafanya Nini?* maarufu kama "*kitabu cha Shushushu.*"

Kwahiyo sura hii haitoongelea jinsi maafisa wa Idara ya Usalama wa Taifa wanavyoweza kupata watoa habari, wala haitoongelea jinsi majasusi wanavyopata watoa habari ndani ya nchi.

Badala yake, sura inajikita kwenye utendaji kazi wa jasusi nje ya nchi, katika kipengele cha "kuajiri" watoa habari, kwani kipengelea cha utendaji kazi wa jasusi kwa ujumla kitazungumziwa katika sura ijayo.

Mchakato wa kupata mtoa habari/ jasusi nje ya nchi

Japo kwa ujumla taaluma ya uafisa wa Idara ya Usalama wa Taifa popote pale duniani huambatana na hatari zake, na licha ya ukweli kwamba ujasusi ni eneo hatari mno katika uafisa wa Idara ya Usalama wa Taifa, mchakato wa kupata watoa habari/majasusi nje ya nchi ni kazi ya "roho mkononi."

Ugumu unachangiwa na ukweli kwamba kila Idara ya Usalama wa Taifa duniani inajibidiisha kuzuwia majasusi wa kutoka nje ya nchi sambamba na kuwatumbua raia wa nchi husika wanaotumiwa na majasusi kutoka nje ya nchi/idara za usalama wa taifa za nchi nyingine.

Katika sura za mwanzo, kuna misamiati miwili ilitajwa, *counterespionage* na *counterintelligence*. Kwa kifupi, *counterespionage* ni jithada za Idara ya Usalama wa Taifa kuwatambau majasusi wa nchi nyingine na kuwadhibiti, na pengine kuwaangamiza kabisa. Kwa kiasi kikubwa, *counterespionage* huhusisha "inteljiensia inayotumia binadamu" (*human intelligence*) kwa kifupi **HUMINT**.

Counterintelligence kwa upande mwingine ni jitihada pana zaidi, ambazo hujumuisha pia *counterespionage*, na mkazo huwa kwenye kulinda inteljiensia pamoja na mifumo ya ulinzi, na kwa ujumla usalama wa taifa wa nchi husika. Hata hivyo, mara nyingi tu, maneno hayo mawili hutumika *interchangeably*, kwa maana *counterintelligence* inawea kutumika badala ya counterespionage and kinyume chake.

Nadharia mbili kuhusu kwanini mtu anakubali kutumikia nchi nyingine

1. MICE

MICE ni kifupisho cha maneno manne ya Kiingereza, yaani *money* (fedha), *ideology* (itikadi), *compromise* (kutumiwa) au *coercion* (mabavu), na *ego* (ubinafsi) au excitement (msisimko).

Kuhusu fedha ni rahisi kueleweka. Mtu mwenye matatizo ya kifedha anaweza kukubali kirahisi kuisaliti nchi yake. Lakini pia tamaa ya fedha, kwa mfano mtu kutaka kuishi maisha yaliyo juu ya uwezo wake, inaweza kumpelekea mtu kuisaliti nchi yake.

Itikadi ilikuwa zaidi zama za vita baridi kati ya mabepari na wasoshalisti. Lakini hata katika zama hizi, mtu anaweza kuisaliti nchi yake kwa sababu haafikiani na siasa za nchi husika. Kwa mfano, si jambo la ajabu mtu akaamua kutoa siri za Tanzania kwa vile tu haafikiani na ufisadi.

Hujuma kwa maana ya compromise ni pale siri za mtu zinapotumika kumuacha mtu akiwa hana option zaidi ya kufanya anayoelezwa. Kwa mfano, mtu ambaye anamsaliti mwenza wake, akitishiwa kwamba siri hiyo itawekwa wazi kwa mhusika, anaweza kulazimika kutumika.

Mara nyingi compromise huambatana na coercion, kwa maana kwamba, kwa mfano, siri ya mhusika ikishafahamika, ubabe utatumika kumlazimisha atekeleze maelekezo kusudiwa.

Kadhalika, inawezekana mtu akawa anajihusisha na mapenzi ya jinsia moja lakini anafanya siri. Laiti siri hiyo ikibainika, inaweza kutumika kama njia ya kumfanya atumike na kuisaliti nchi yake.

Kwa upande wa ubinafsi (*ego*), hii ni ile hali kwa mfano ya mtu kutaka kuonekana muhimu kwenye jamii. Yawezekana mhusika anaamini anastahili kuwa mtu muhimu zaidi kuliko mwajiri wake anavyomchukulia.

Kwahiyo anaweza kukubali kutumiwa na nchi nyingine, na kuwa muhimu kwa nchi hiyo (hata kama ni kinadharia tu).

Yawezekana pia mtu ana kisasi, na anaamua kuuza siri za nchi kwa minajili ya kuikomoa nchi au taasisi husika.

Kuhusu msisimko, yawezekana mtu akaboreka na kazi ya dawati ilhali angependelea kuchakarika mtaani. Sasa ikitokea fursa ya kufanya ujasusi kwa niaba ya nchi nyingine, anaweza kushawishika kutumika.

2. RASCLS

RASCLS inasimama badala ya maneno sita ya Kiingereza, yaani *reciprocation* (kulipa fadhila), *authority* (mamlaka), *scarcity* (uhaba/ukame), *commitment* (msimamo)/ *consistency* (uthabiti), *liking* (kupenda) na *social proof* (uthibitisho kutoka kwa jamii).

Nipe nikupe (*reciprocation*) ni kanuni maarufu katika maisha yetu ya kila siku. Kwamba mtu akitendewe jambo jema, hutarajiwa kurejesha fadhila. Kwahiyo, mlengwa anatendewa mazuri kisha anaanza kuombwa fadhila.

Kuhusu mamlaka (*authority*), tangu udogoni watu hufundishwa kwamba kuheshimu mamlaka huleta tuzo ilhali kukaidi mamlaka hupelekea matatizo. Katika kumvuta mtoa habari, jasusi anaonyesha mamlaka ya taasisi anayohusika nayo, na kujenga picha kuwa mtoa habari akifanya kazi na taasisi hiyo atanufaika.

Kuhusu adimu (*scarcity*), jamii inaamini kuwa kitu adimu huwa na thamani. Na jamii pia inaamini kuwa kitu chenye thamani kina ubora zaidi. Kwahiyo hapa mtoa habari anayewindwa anakabidhiwa kitu cha thamani, kisha kinaondolewa ili kukifanya kiwe adimu na kiwe na thamani zaidi na thamani zaidi itakiongezea ubora.

Katika msimamo (*commitment*)/ uthabiti (*consistency*), mtoa habari mtarajiwa anaweza kuvutiwa na jinsi Idara ya Usalama wa Taifa inayomuwinda ilivyo na msimamo wa kueleweka katika kuhitaji huduma yake, sambamba na uthabiti kwenye msimamo huo.

Kuhusu kupenda (*liking*), wanadamu huwapenda watu wanaoshabihiana nao. Kinachosositizwa hapa ni kwamba jasusi anayemuwinda mtoa habari mtarajiwa anapaswa kuchunguza na kubaini vitu wanavyoshabihiana. Katika hili pia, kummwagia mtu sifa humfanya anayesifiwa awe na mvuto na anayemmwagia sifa.

Kadhalika, jasusi anapaswa kumjengea imani mtoa habari mtarajiwa kuwa yeye jasusi ndio mtu pekee anayemuelewa na kumthamini.

Katika uthibitisho kutoka kwa jamii, ni kwamba mtoa habari mtarajiwa anatengenezwa mazingira ambayo yatamfanya aamini kuwa jambo analofanya ni sahihi, kwa sababu kuna wengine pia wamefanya hivyo na kunufaika na matendo yao.

Hatua ya kwanza: kumtambua mlengwa (spotting/identifying)

Hatua ya kwanza katika kupata mtoa habari/ jasusi katika nchi ya nje ni kumtambua mlengwa. Kwa kimombo wanasema *spotting*. Zoezi hili linaweza kuchukua miaka kadhaa. Lakini endapo operesheni husika ni ya haraka, jasusi aliyetumwa nchi ya kigeni atalazimika kutumia kila awezalo kukamilisha hatua hii mapema.

Katika maelezo ya hapo juu, jukumu hili laweza kuonekana rahisi. Lakini kwa hakika ni gumu mno, kwa sababu kimsingi jasusi anatafuta mtu ambaye yupo tayari kuisaliti nchi yake.

Endapo mtu husika atakamatwa kwa kuisaliti nchi yake, atakabiliwa na kifungo kirefu kama sio kuuawa kabisa. Lakini hata kama mhusika atanusurika kifungo au kuuawa, uwezekano mkubwa ni kwamba sio tu atapoteza kazi yake bali pia anaweza kutengwa na jamii pia.

Kwa kuzingatia hatari hizi, kwa nini a mtu mwenye busara anakubali kuwa jasusi kwa niaba ya nchi ya kigeni? Kwa nini mtu awe tayari kuishi maisha ya hofu na mashaka yanayohitaji tahadhari na umakini mkubwa huku akijua bayana nini kitamkuta pindi akibainika? Kanuni za MICE na/au RASCLS zinasaidia kujibu maswali haya.

Hatua ya pili: kutathmini endapo mlengwa anaweza kufikia taarifa kusudiwa.

Katika hatua hii pia, jasusi anapaswa kutambua endapo mlengwa ana mapungufu yanayoweza kutumiwa kumshawishi atumike.

Hatua ya tatu: kujenga uhusiano

Baada ya kujiridhisha na hatua hizo hapo juu, jasusi anaanza kujenga uhusiano wa kina zaidi na mtoa habari mtarajiwa. Ikumbukwe kuwa katika hatua zote hizi, jasusi anapaswa kutambua kuwa yeye na mtoa habari mtarajiwa ni watu wanaowindwa, kwahiyo kunahitajika umakini kupita kiasi.

Hatua ya nne: ajira rasmi

Baada ya kujiridha na hatua zilizotangulia, mtoa habari anaajiriwa rasmi na Idara ya Usalama wa Taifa ya nchi husika. Ifahamike kuwa "kuajiriwa rasmi" hakumaanishi kuwa anakuwa mtumishi wa moja kwa moja bali anafanya kazi anazotumwa na jasusi.

Hatua ya tano: mafunzo

Mtoa habari anapatiwa mafunzo mbalimbali ikiwa ni pamoja na jinsi ya kuwasilisha taarifa kwa jasusi, hatua za tahadhari na nini cha kufanya endapo mambo yatakwenda mrama.

Hatua ya sita: kumrithisha mtoa habari kwa jasusi mwingine au kuachana nae

Baada ya kumalizika kwa operesheni husika, mtoa habari anaweza kuwa hahitajika kwa jasusi A lakini bado ana manufaa kwa Idara ya Usalama wa Taifa ya nchi husika. Kwahiyo, anaweza kuritishishwa kwa jasusi mwingine. Hata hivyo, endapo atakuwa hahitajiki tena, uhusiano utavunjwa katika namna ambayo haitokuwa na madhara kwa pande zote mbili.

Kwa mujibu wa Shirika la Ujasusi la Marekani (CIA), kutumia nadharia ya RASCLS hurahisisha mchakato wa kufuata hatua hizo sita.

SURA YA KUMI NA MOJA: Majasusi Kazini

Sura hii inaweza kukufanya ujisikie kama unaangalia filamu fulani ya kijasusi. Maelezo yafuatayo, kama yalivyo mengineyo katika mfululizo wa sura hizi, ni halisi (in real life).

Hatari kubwa

Japo kila jukumu katika taaluma ya Uafisa Usalama wa Taifa hutawaliwa na hatari, yayumkinika kuhitimisha kuwa ujasusi ni hatari zaidi.

Hatari hiyo hutokana na sababu mbalimbali, ikiwa ni pamoja na ukweli kwamba kimsingi kinachofanyika katika ujasusi ni wizi wa taarifa muhimu mno. Taarifa zinazoibiwa zinaweza kuhatarisha maisha ya mamilioni ya wananchi katika taifa husika. Ndio maana kila taifa "linalojielewa" hujibidiisha vya kutosha kuimarisha mikakati ya kuzuwia ujasusi (counterespionage) na harakati nyingine za jumla dhidi ya usalama wa taifa (counterintelligence).

Kadhalika, hatari ipo kwa wanaohusika na vitendo vya ujasusi, yaani majasusi. Kama ilivyoelezwa katika sura zilizopita katika mfululizo huu, adhabu tarajiwa kwa jasusi anayekamatwa ni aidha kifungo cha muda mrefu kama sio kifo kabisa.

Hata hivyo, ilielezwa awali kuwa kama jasusi ana thamini kubwa kwa nchi yake, basi nchi iliyomtuma itakubali kuaibika, na kukiri kuwa jasusi aliyekamatwa ni wake kweli. Hilo linweza kuvuruga kabisa uhusiano kati ya nchi, hasa kama ni nchi rafiki.

Lakini nchi husika kukiri kuwa jasusi aliyekamatwa ni wake hakumaanishi kuwa jasusi husika ataachiwa hapo hapo. Moja ya sababu za kuwahifadhi muda mrefu majasusi waliokamatwa ni ukweli kwamba huwa wanatumika "kubadilishana wafungwa."

Kwamba jasusi wa nchi A akikamatwa na nchi B, basi ikitokea jasusi wa nchi B nae akakamatwa na nchi A, na kama majasusi hao wana thamani kubwa, basi nchi husika zitafanya makabidhiano.

Kama jasusi aliyekamatwa hana thamani ya kuweza kuhatarisha uhusiano kati ya nchi A na B basi nchi husika itamkana.

Majasusi - na kila afisa wa Idara ya Usalama wa Taifa katika nchi yoyote ile - wanafahamu kuhusu hatari hii. Na ndio maana moja ya siri kubwa kabisa katika taaluma ya intelijensia ni inahusu utambulisho (identity) wa afisa husika.

Pindi jasusi wa kigeni akikamatwa, kuna uwezekano watu kadhaa katika nchi husika nao wakakamatwa pia. Japo adhabu kwa ujasusi ni kali, ikiwa ni pamoja na kifo, watu wanaotumiwa na jasusi wa kigeni wanapokamatwa wanakuwa katika wakati mgumu zaidi.

Katika kila nchi duniani, sheria dhidi ya ujasusi wa nchi za kigeni ni kali sana. Hata kwa nchi za Magharibi zinazoweka kipaumbele kwenye haki za kiraia, sheria zao dhidi ya wanaotenda makosa ya ujasusi ni kali sana, na pindi mtuhumiwa akitiwa hatiani, huishia kupata kifungo kirefu.

Sasa hata kama jasusi wa kigeni atasalimika, aidha kwa kutoroka au kwa kukamatwa lakini akahusishwa kwenye kubadilishana wafungwa, ni dhahiri nafsi itakuwa inamsuta kwa kuwasababishia matatizo watu aliokuwa anawatumia kumpatia taarifa za siri.

Lakini zama hizi zina changamoto tofauti za huko nyuma, na mojawapo ni ugaidi wa kimataifa. Japo hakuna kanuni zinazofuatwa kati ya nchi na nchi kwenye ujasusi, kwa magaidi ni kwamba hata ile chembe ya utu kidogo haipo. Na katika mazingira ya kawaida tu, kutegemea "utu" kwa watu wanaojilipu wenyewe ni suala lisiloingia akilini.

Hata hivyo, hata magaidi nao wanaiga baadhi ya mambo yaliyomo kwenye ujasusi wa kati ya nchi na nchi. Kwa mfano, mara kadhaa magaidi huteka watu mbalimbali kwa minajili ya kushinikiza matakwa yao. Japo haifanani sana na ile ya kubadilishana wafungwa, mara nyingi tu vikundi vya kigaidi vimeweza kupata walichohitaji kwa kutumia njia hiyo, iwe ni fedha au madai mengine.

Hilo la magaidi kuiga baadhi ya mambo yaliyomo kwenye ujasusi wa kati ya nchi na nchi haiondoi ukweli kwamba magaida ni watu hatari na wakatili ambao pindi wakibaini kuna mtu amepandikizwa kwenye kundi lao au mmoja wao anatoa siri, watamchinja mara moja.

Ni muhimu kupigia mstari kwamba japo katika asili yake na kwa muda mrefu ujasusi umekuwa kati ya nchi na nchi, changamoto za kiusalama ikiwa ni pamoja ya hiyo ya ugaidi zinapelekea wakati mwingine walengwa wa ujasusi kuwa sio nchi bali vikundi kama hivyo vya kigaidi.

Na japo awali ilielezwa kuwa zoezi la kujipenyeza kwenye target ya ujasusi ni gumu na hatari, kwa vikundi vya ugaidi ni hatari zaidi. Hata hivyo, nafuu kidogo ipo kwenye ukweli kwamba licha ya vikundi vya kigaidi kujibidiisha kuunda Idara zao za Usalama wa Taifa, sambamba na mitandao ya ujasusi, bado hakujawa na mafanikio ya kutosha.

Kikundi cha kigaidi kinachosifika kwa kuwa na mtandao mahiri wa kiintelijensia ni al-Shabaab, ambayo ina "idara yake ya usalama wa taifa" inayofahamika kwa jina la AMNIYAT inayoongozwa na huyu jamaa pichani, Mahad Karate

Mkuu wa Amniyat, Mahad

Karate Bidhaa ile, soko tofauti

Kama taaluma ya inteljensia ni biashara, basi bidhaa husika ni taarifa za kiintelijensia. Hata hivyo, japo kwenye ujasusi nako bidhaa ni hiyohiyo, eneo la tukio ni tofauti. Kwa mfano wetu wa biashara, bidhaa ni ileile ya taarifa za kiintelijensia, lakini "soko" ni nje ya nchi.

Hali kadhalika, kama ilivyotanabaishwa awali, japo hatari ni jambo linalotawala kila eneo katika taaluma ya inteljensia, kwa majasusi hatari hiyo huwa sio tu ni kubwa zaidi bali pia yenye madhara zaidi.

Lakini kimsingi, ukiondoa hatari inayomkabilia afisa wa Idara ya Usalama wa Taifa anayefanya kazi nje ya nchi, yaani jasusi, na yule anayefanya kazi ndani ya nchi, wote wanafanya kazi moja. Lakini uafisa wa Idara ya Usalama wa Taifa sio kazi kama kazi nyingine. Kwa hakika, ni sanaa (art).

Na hapo ndio kuna kitu kinachofahamika kama TRADECRAFT, yaani michakato, mbinu, ujuzi na teknolojia za kuficha na kulinda shughuli za siri zisifahamike kwa adui. Hata hivyo, tradecraft ni msamiati mpana.

Binadamu kama chanzo kikuu katika kukusanya taarifa za kiintelijensia

Japo kuna vyanzo mbalimbali katika ukusanyaji wa taarifa za kiintelijensia, binadamu anaendelea kuwa chanzo kikuu, muhimu na maarufu zaidi.

Ukusanyaji wa taarifa za kiintelijensia kwa kumtumia binadamu hufahamika kama Human Intelligence kwa kifupi HUMINT.

Na kama unavyoweza kutarajia, chanzo kingine maarufu katika ukusanyaji wa taarifa za kiintelijensia ni teknolojia, kwa kimombo Technical Intelligence, kwa kifupi TECHINT. Lakini ndani ya TECHINT kuna vyanzo vingine kama vile Signal Intelligence (SIGINT) na Imagery Intelligence (IMINT).

Kadhalika, wengi wenu mtakumbuka kuhusu Open-Source Intelligence (OSINT), ukusanyaji wa taarifa za kiintelijensia kwa kutumia vyanzo vya wazi.

Kutokana na umuhimu wake, sura hii itajikita kuielezea HUMINT kwa undani kidogo, hasa katika jinsi inavyotumika kwenye ujasusi

Licha ya maendeleo ya sayansi na teknolojia kuleta mapinduzi makubwa katika ukusanyaji wa taarifa za kiintelijensia, nafasi ya binadamu sio tu imeendelea kuwa muhimu bali pia inahusika kwa kiasi kikubwa katika vyanzo vingine.

HUMINT ina angalau sura mbili muhimu. Ya kwanza ni utafutajia wa taarifa za kiintelijensia kufanywa na binadamu. Kwa mfano kitendo cha jasusi kwenda nchi lengwa kusaka taarifa.

Ya pili ni upatikanaji wa taarifa za kiintelijensia. Kama ilivyoelezwa katika sura zilizotangulia, jasusi anapokwenda nchi nyingine hutegemea zaidi watu wenye access na taarifa zinazosakwa. Kwahiyo, akifanikiwa kuwapata watu hao - ambao kama unakumbuka vizuri nao pia huitwa majasusi - hapo HUMINT imetumika kupata taarifa.

Maeneo makuu matatu ya intelijensia ambayo HUMINT huwa na nafasi muhimu ni intelijensia chanya (positive intelligence), intelijensia ya kiutendaji (operational intelligence) na counterintelligence.

Intelijensia chanya ni taarifa za kiintelijensia kuhusu masuala ya kimataifa kama yanavyohitajika kwa "watengeneza sera" (policy makers). Kwa mfano, je nchi A ina malengo gani katika eneo flani? Je mpango wa silaha za nyuklia wa nchi B unatarajiwa kukamilika lini (na pengine swali la nyongeza ni je kuna ukweli kuna kitu kama hicho au ni mbinu tu ya kutisha maadui watarajiwa)?

Lengo katika inteliensia chanya ni kupata watoa habari katika nchi husika (kwa mfano nchi A na B katika mfano wa hapo juu), ili kupata taarifa kusudiwa za kiintelijensia.

HUMINT huwezesha inteliensia ya kiutendaji katika shughuli kama vile kusaka watoa habari na kuwafanyia tathmini kwa minajili ya "kuwaajiri."

HUMINT pia ni muhimu kwenye counteritelligence ambapo watoa habari hupenyezwa katika Idara ya Usalama wa Taifa ya nchi kusudiwa, shughuli inayofahamika kama penetration.

HUMINT pia inaweza kutofautishwa kwa kigezo cha mbinu zinazotumika kukusanya taarifa, na hapa kuna makundi makuu mawili. Kwanza ni Covert HUMINT, ambayo huhusisha ukusanyaji wa SIRI wa taarifa za kiintelijensia ambazo zinalindwa ili "zisiibiwe," na upatikanaji wa taarifa hizo ni kwa kupitia binadamu. Neno covert maana yake "kwa siri."

Pili ni Overt HUMINT, ambayo huhusisha upatikanaji wa taarifa za kiintelijensia kupitia wanadamu katika njia ambazo kwa ujumla ni za wazi lakini kunaweza kuwa na faragha kidogo. Hii hujumuisha upatikanaji wa taarifa ambazo zimepatikana kisheria na bila kificho. Overt maana yake "ya wazi."

Mchakato wa ukusanyaji taarifa kwa kutumia HUMINT

Mchakato wa kukusanya taarifa kwa kutumia HUMINT huanza kwa kubainisha taarifa gani za kiintelijensia zinahitajika ili kuwezesha uchambuzi wa suala husika la kiintelijensia.

Taarifa zinazohitajika kwa ajili ya uchambuzi huo hihitajiwa kwa mfumo wa maswali yanayofahamika kama mahitaji ya kiintelijensia (intelligence requirements).

Katika ukusanyaji wa taarifa kwa kutumia HUMINT, mahitaji ya kiintelijensia huwa katika namna ambayo yatawawezesha watoa habari kwenye maeneo husika kupata taarifa za kiintelijensia zitakazoweza kutoa majibu ya maswali yaliyomo kwenye mahitaji ya kiintelijensia.

Bila kujali kuwa ukusanyaji wa taarifa ni covert au overt, Afisa husika wa Idara ya Usalama wa Taifa - jasusi, katika muktadha wa sura hizi -atawajibika kubainisha kwa usahihi mahitaji hayo ya kiintelijensia kwa mtoa habari na kuhakikisha kunachorwa mstari bayana kati ya ukweli wa taarifa na mtazamo wa mtoa binafsi habari.

Mtazamo wa mtoa habari huchangia katika kujenga muktadha wa ukweli uliomo kwenye taarifa ya kiintelijensia.

Taarifa inayopatikana kutoka kwenye chanzo cha kiintelijensia hufahamika kama "inteliyensia mbichi" (raw intelligence), ambayo hupatikana katika mchakato unaofahamika kama debriefing - kuuliza maswali kuhusiana na suala husika, kisha taarifa hufanyiwa tathmini kwa kulinganisha na taarifa zozote zilizopo kuhusu suala husika ili kuona kama zinaendana au la, na inaweza kupelekea kutengeneza mahitaji mapya ya kiintelijensia.

Kiwango cha uaminifu wa mtoa habari hutegemea sana majibu yanayopatikana kwenye mahitaji ya kiintelijensia anayokabidhiwa. Na uamuzi wa kuendelea na mtoa habari husika au kuachana nae hutegemea pia majibu hayo.

Mabadiliko katika HUMINT

Kama ilivyo kwenye tasnia nzima ya inteliyensia ambayo huendana sana na wakati, HUMINT pia imepitia mabadiliko mbalimbali na inaendelea kubadilika hasa kutokana na maendeleo ya teknolojia.

Kwa mfano, wakati zamani mawasiliano kati ya Afisa wa Idara ya Usalama wa Taifa yalitegemea aidha kukutana uso kwa uso au kuacha taarifa katika eneo lililokubaliwa awali, teknolojia inawezesha njia mbalimbali za mawasiliano japo bado kunahitajika tahadhari kubwa kuhakikisha kuwa mawasiliano husika hayajadukuliwa.

Kadhalika wakati zamani ilimlazimu mtoa habari kupata nakala halisi au nakala au pengine kukariri taarifa, teknolojia inawezesha vifaa mbalimbali kuweza kupiga picha kwa usiri mkubwa na vyenye uwezekano mdogo wa kutambuliwa.

SURA YA KUMI NA MBILI: Majasusi Kazini - Roho Mkononi

Wakati sura iliyopita ilijikita kueleza kwa ujumla kuhusu jinsi majasusi wanavyofanya kazi ikiwa ni pamoja na mbinu mbalimbali wanazotumia, sura hii itajikita zaidi kwenye mazingira halisi ya kazi, na badala ya kuwa ya jumla, yenyewe itakuwa *specific* zaidi.

Kama ilivyoelezwa huko nyuma, mafanikio ya operesheni yoyote ile ya kiintelijensia yanategemea zaidi maandalizi.

Wakati afisa wa Idara ya Usalama wa Taifa anayefanya kazi ndani ya nchi ana "ahueni" kwa maana kwamba endapo operesheni itakwenda mrama, anaweza kulazimika hata kujitambulisha kuwa yeye ni nani ili asalimike, au anaweza kuomba msaada kwa wenzake au vyombo vingine vya dola, kwa jasusi anayefanya kazi nje ya nchi hana uwezekano huo hata kidogo.

Kama ilivyoelezwa awali, utendaji wa maafisa wa Idara ya Usalama wa taifa katika taifa lolote lile hutegemea sana watoa habari, na ndio maana takriban Idara zote za Usalama wa Taifa duniani huwa na maafisa wachache tu, ambao hutakiwa kuwa na lundo la watoa habari, mazingira yanayofanya uchache wao kutokuwa na athari katika ukusanyaji wa taarifa za kiintelijensia.

Kadhalika, katika utekelezaji wa majukumu yao nje ya nchi, majasusi hutegemea pia watoa habari, ambao kama unakumbuka vizuri, kuna nyakati nao huitwa majasusi pia.

Sasa hofu ya jasusi nje ya nchi sio tu athari kwake endapo atagundulika na/au kukamatwa, bali pia athari kwa mtoa/watoa habari wake.

Kwa nchi nyingi duniani, raia anayebainika kuwa anaitumikia Idara ya Usalama wa Taifa ya nchi nyingine, hukabiliwa na kifungo kirefu, na kuna uwezekano wa kuadhibiwa kifo katika baadhi ya nchi.

Lakini japo uhai ni "gharama" kubwa zaidi ambayo jasusi anaweza kuilipia endapo atagundulika na/au kukamatwa, kuna gharama nyingine kwa maana ya raslimali zinazotumika kutengeneza mtandao wa kijasusi.

Kama ilivyoelezwa awali, operesheni za kijasusi huhitaji maandalizi makubwa na wakati mwingine ya muda mrefu. Ni katika mantiki hiyo, ndio maana kumekuwa na mtazamo kwamba moja ya athari kubwa zaidi ya uamuzi wa Urusi kuivamia Ukraine ni kuvurugwa kwa mtandao wake mpana wa kijasusi katika nchi mbalimbali duniani.

Bila shaka unakumbuka kuhusu jasusi ambaye ana "kifuniko cha kina kirefu" (*deep cover*), na jinsi maandalizi ya kumtengeneza jasusi wa aina hiyo yanavyochukua muda mrefu na kwa gharama kubwa.

Sasa licha ya gharama za kumwandaa jasusi huyo kabla hajaondoka nchi kwake, kuna gharama nyingine kubwa za kumwezesha kutengeneza mtandao wa kijasusi huko aendako.

Na neno "gharama" hapo halimaanishi fedha pekee bali pia muda na "nishati" (*energy*) kuhakikisha kuwa zoezi sio tu linakamilika bali litaendelea kuwepo kwa muda mrefu bila kushtukiwa, isipokuwa tu pale ambapo operesheni husika ni ya muda mfupi.

Lakini gharama husika sio tu kwa jasusi na/au mtoa/watoa habari wake bali kuna suala la mahusiano kati ya nchi na nchi. Pindi jasusi wa nchi A akikamatwa katika nchi B, hakuhitajiki maelezo zaidi ya ukweli kwamba jasusi husika ametumwa na nchi A. Sasa endapo nchi hizo ni marafiki, tukio hilo linaweza kuwa na athari katika uhusiano baina ya nchi hizo.

Na endapo nchi hizo ni maadui, adhabu dhidi ya jasusi aliyekamatwa inaweza kuwa sio kubwa tu bali pia ipelekea ujumbe kwa nchi iliyomtuma kuwa "hivi ndio tutakavyowafanya majasusi wengine mtakaowatuma kwetu."

Hata hivyo kuna uwezekano pia wa jasusi husika kuhifadhiwa ili baadaye atumike kama chambo katika

"Kubadilishana wafungwa" (mara nyingi, wafungwa husika ni majasusi pia).

Kuna msemo wa Kiingereza unaotafsirika kama "mipango hafifu huzaa matokeo hafifu" (*poor planning produces poor performance*). Katika ujasusi, na taaluma ya intelijensia kwa ujumla, mipango hafifu katika maandalizi ya operesheni huzaa matokeo hafifu, matokeo ambayo yanaweza kuwa na athari kubwa.

Maandalizi kabla na baada ya jasusi kuondoka nchini kwake kwenda nje ya nchi hujumuisha mbinu kama zinazotumiwa na maafisa wa Idara ya Usalama wa taifa ndani ya nchi.

Kwa kiasi kikubwa kuna vitu vinne vya msingi

- Kuangalia (*observe*): kwa mfano jasusi anaangalia mwenendo wa mto habari tarajiwa au mwenendo wa walengwa katika eneo analotaka kufanya ujasusi.

- Kupata (*acquire*); hapa jasusi anapata kitu husika, kwa mfano nakala ya taarifa nyeti ambayo amemuagiza mtoa habari amletee.

- Kushiriki (*participate*): hapa jasusi anashiriki mwenyewe au kwa kumtumia mtoa habari ashiriki eneo husika. Njia hii inatumiwa sana kwenye hujuma za kisiasa ambapo "mapandikizi" hupenyezwa kwenye chama husika na kujibidiisha kupanda ngazi au kuwa katika nafasi ambazo zitawawezesha kupata taarifa kusudiwa kirahisi.

- Kuhadaa (kupata kupitia mtu mwingine): hapa, mtu mwingine anaweza kuwa mtoa habari, lakini hasa ni mtoa habari kupata taarifa kutoka kwa mtu mwingine. Kwahiyo jasusi anamtuma mtoa habari, kisha mtoa habari nae anatafuta taarifa kusudiwa kwa mtu mwingine.

Mazingira

Mazingira ambayo jasusi atakwenda kufanya ujasusi yanatofautiana kati ya nchi na nchi. Hata hivyo mazingira yanayozungumziwa hapa sio nchi ina milima na mabonde au mito na maziwa - japo hivyo vinaweza kuwa na matumizi kwa jasusi pia - bali ni mazingira ya kisheria.

Kuna aina tatu za mazingira.

- Yanayoruhusu (*permissive*): kwa mfano, nchi nyingi za Afrika kwa sasa zinaruhusu raia wa nchi nyingine za Afrika kuingina kwenye nchi husika bila visa. Hiyo sio tu inarahisisha kuingia katika nchi husika bali pia inaondoa ulazima wa kutoa taarifa kwa mamlaka za nchi hiyo kuhusu sababu za uwepo wa jasusi katika nchi husika.

- Magumu kidogo, rahisi kidogo (*semi-permissive*): kwa mfano, nchi ambayo ina sheria zisizo kali sana kuhusu wageni lakini pia zinazotaka mgeni husika kutoa taarifa kabla ya kuingia. Kadhalika, kuna nchi ambazo japo sheria zake za uhamiaji ni rafiki kwa wageni, kunaweza kuwa na changamoto ya ubaguzi, kitu kinachoweza kufanya mazingira ya kazi ya jasusi husika kuwa magumu.

- Yasiyoruhusu: Kwa mfano, ni karibia na suala lisilowezekana kwa raia wa Korea ya Kusini kuruhusiwa kuingia Korea ya Kaskazini. Kadhalika, ni vigumu kupita maelezo kwa jasusi kuingia kwenye kundi la kigaidi kwa minajili ya kukusanya taarifa dhidi ya kundi husika. Kwenye ugaidi sio suala la mazingira ya kisheria bali ugumu wa kujiingiza mahala husika.

Kwenda "eneo la tukio"

Ni nadra kwa majasusi kufanya opereshni za kijasusi nje ya nchi inayolengwa. Hata hivyo, kuna nyakati - hasa kwa kutegemea mazingira yaliyotajwa hapo juu - ambapo inaweza kumlazimu jasusi aidha kwenda na kutoka au kuendesha opereshni yake akiwa mbali na "eneo la tukio."

Hata hivyo, kuwa mbali na eneo husika au kwenda na kutoka ni vitu hatari vinavyoweza kuhatarisha opereshni husika. Kwa mantiki hiyo, inatarajiwa kuwa jasusi ataweka makazi katika nchi husika, mara nyingi ikiwa ni muda wa kutosha kabla hajaanza opereshni yake.

Hata hivyo, muda hutegemea uharaka wa operesheni husika.

Kama ilivyoelezwa awali, katika kuingia eneo husika, jasusi atahitaji kifuniko (*cover*) kitakachomwezesha kutoshtukiwa. Na zoezi la kutengeneza kifuniko lahitaji muda wa kutosha.

Sambamba na kifuniko, jasusi anapaswa kufahamu kuhusu nyenzo atakazozitumia atakapokuwa kwenye operesheni yake. Je aende na nyenzo hizo na kuzificha ili zisibainike kwa mamlaka za nchi anayokwenda? Je anunue zana hizo baada ya kufika katika nchi husika? Je kwa kununua huko hawezi kutengeneza hatari ya "kuacha alama" hasa kwa sababu moja ya mambo muhimu kabisa kwa jasusi kuzingatia anapokuwa kwenye operesheni nje ya nchi ni kuwa na hisia kuwa anawindwa?

Hatua nyingine muhimu kabisa kwa jasusi ni mpango kuhusu nini cha kufanya endapo mambo yatakwenda mrama. Takriban kila Afisa wa Idara ya Usalama wa Taifa "anayejua kazi yake" atakwambia kuwa ameshawahi kukutana na mazingira yasiyo rafiki, na kitu pekee kilichomwokoa ni kuwa na mpango wa dharua wa jinsi gani ya kutoroka pindi mambo yakienda mrama.

Mfano hai ni simulizi hii ya kweli ya jasusi wa kirusi Oleg Gordiyevsky.

Siku moja Oleg aliitwa mji mkuu wa Urusi, Moscow, ambako mkutano kati yake na mabosi wake uliashiria bayana kuwa wanamuhisi kuwa anaisaliti nchi yake. Na alijua hayokutokana na ukweli kwamba alikuwa "jasusi ndumilakuwili" (*double agent*) aliyekuwa akitumikia pia Shirika la Ujasusi la Uingereza (MI6).

Baada ya kumalizika kwa kikao hicho, huku akijua bayana kuwa muda wake wa kuwa hai unahesabika, Oleg alifuata mpango ulioratibiwa awali na MI6 wa jinsi ya kurokoka pindi mambo yakienda mrama.

Hata hivyo, mpango huo ulikuwa umefichwa kwenye kitabu cha mashairi ya Shakespear. Alitakiwa akiloweshe kitabu hicho, kisha kuna maandishi yatajichomoza. Lugha ya kijasusi ni "wino usioonekana" (*invisible ink*). Alipaswa kusoma maelekezo hayo kisha ayakariri kichwani.

Mpango husika ilikuwa ni afanye jitihada za kufikia usafiri uliopo Finland - nchi jirani na Urusi - kisha kutoka hapo angesafirishwa hadi Uingereza.

Kilichokuwa kinafanyika sio tu kuokoa maisha ya Oleg bali pia umuhimu wake kwa MI6 na Uingereza kwa ujumla. Ndio maana mkakati wa kumuokoa uliidhinishwa na aliyekuwa Waziri Mkuu wa Uingereza enzi hizo, Magreth Thatcher.

Baada ya kufika "eneo la tukio," jasusi anatakiwa kutulia kwanza, kusoma mazingira, kuhakikisha kuwa kila kitu kipo salama. Kadhalika, jasusi anapaswa kutumia muda huu kujiridhisha kuwa hafuatiliwi.

Hiyo ni kwa sababu kama ilivyoelezwa awali, sio tu kuwa jasusi anapaswa kuhisi muda wote kuwa anafuatiliwa bali pia ukweli kwamba kwa kila jitihada ya ujasusi unaopangwa na nchi ya kigeni, kuna jitihada kinzani za kupambana na ujasusi, yaani *counterespionage* au kwa upana zaidi *counterintelligence* (kama umesahau maana ya misamiati hii ya kijasusi, rejea sura za nyuma).

Kama ilivyoelezwa awali, muda gani utatumika katika kila hatua ya jasusi itategemea uharaka wa operesheni husika. Hata hivyo, kitu cha muhimu zaidi katika operesheni ni mafanikio yake, kwa sababu hakuna maana endapo operesheni itakamilika ndani ya muda mfupi tu lakini matokeo ni hafitu au patupu kabisa.

Na kimsingi, ni vigumu kuwa na muda maalumu kwa sababu licha ya mambo mengi kuwa hayatabiriki, uamuzi wa jasusi kujipa muda wa kutosha kabla hajaanza operesheni rasmi husaidia kujenga uwezekano wa ufanisi wa operesheni husika.

Baada ya hatua hiyo, jasusi ataanza zoezi la kusaka watoa habari, zoezi ambalo sio gumu tu bali pia ni la hatari. Wakati kuna uwezekano kwa jasusi "kurithishwa mtoa/watoa habari," matarajio ni kwamba atalazimika kutengeneza mtoa/watoa habari wake yeye mwenyewe.

Kwa vile huko nyuma ilishaelezwa jinsi gani jasusi anavyoweza kupata watoa habari, sura hii haitorudia maelezo hayo.

Mwamko kuhusu adui (adversarial awareness)

Mwamko kuhusu adui ni hali ya jasusi kutambua kuwa anaweza kubainika. Na imeshaelezwa nini kitatokea pindi jasusi akibainika yeye mwenyewe na/au mtoa/watoa habari wake.

Kwa minajili ya ufafanuzi, neno "adui" linatumika hapa kumaanisha Idara ya Usalama wa Taifa wa nchi ambaye jasusi amekwenda kufanya operesheni, pamoja na miundombinu yake. Kwa lugha ya kiintelijensia, adui anaweza kutoka kitengo kinachohusika na counterespionage au counterintelligence.

Mwamko kuhusu adui unatilia mkazo maeneo makuu matatu

- Kupuuza (*ignorance*): hapa adui hana taarifa ya uwepo wa jasusi wa kigeni. Katika ujasusi, kila jitihada inafanyika kuhakikisha kuwa adui anabaki kwenye hatua hii.

- Kuchunguza (*probing*): hapa adui anahisi kuhusu uwepo wa jasusi na/au shughuli za kijasusi, na ikithibitika anahamia hatua ya kulenga (targeting).

Lakini akijiridhisha kuwa hakuna lolote, anarudi katika hatu ya kupuuza (ignorance).

- Kulenga (*targeting*): hapa adui ameshajiridhisha kuhusu uwepo wa jasusi na sasa anafuatilia nyendo zake.

Itoshe kusema kuwa hatua hizi za adui zinategemea sana mapungufu katika mkakati wa kioperesheni wa jasusi. Endapo jasusi atafanikiwa kumuweka adui katika hatua ya kupuuza hadi mwisho wa operesheni, inamaanisha kuwa operesheni itamalizika salama bila uwezekano wa kukamatwa.

Hata hivyo, wakati hatua ya adui kupuuza ni salama kwa jasusi, hatua ya kuchunguza ni ya hatari kwa jasusi hata kama itaashiria kuwa adui ameamua kurudi kwenye kupuuza. Hatari yenyewe ni uwezekano kwamba adui anaweza
kujaribu kumtega jasusi adhani kuwa hafuatiliwi/hachunguzwi ili tu abweteke na hivyo kumwezesha adui kuhamia hatua ya kumlenga jasusi na hatimaye kumkamata.

Ndio maana inasisitizwa kwa jasusi kudhani kuwa "kuna macho yasiyoonekanana yanayomuona."

SURA YA KUMI NA TATU: Kufuatiliwa (Surveillance)

Sura hii inayojitegemea japo inahusiana na "majasusi kazini" inaelezea kuhusu hatari inayomkabili kila jasusi anapokuwa nje ya nchi, yaani KUFUATILIWA au kwa Kiingereza *surveillance*.

Hadi kufikia hapa utakuwa umeshapata picha kuwa ujasusi ni kama mchezo wa kuwindana, na kufanikiwa au kufeli hutegemea "anayemzidi akili/maarifa mwenzie."

Utakumbuka pia iliongelewa katika sura iliyopita kuhusu mwamko kuhusu adui (*adversarial awareness*), na ukatajiwa maeneo makuu matatu.

Mwamko kuhusu adui unatilia mkazo maeneo makuu matatu

- Kupuuza (*ignorance*): hapa adui hana taarifa ya uwepo wa jasusi wa kigeni. Katika ujasusi, kila jitihada inafanyika kuhakikisha kuwa adui anabaki kwenye hatua hii.

- Kuchunguza (*probing*): hapa adui anahisi kuhusu uwepo wa jasusi na/au shughuli za kijasusi, na ikithibitika anahamia hatua ya kulenga (targeting). Lakini akijiridhisha kuwa hakuna lolote, anarudi katika hatu ya kupuuza (ignorance).

- Kulenga (*targeting*): hapa adui ameshajiridhisha kuhusu uwepo wa jasusi na sasa anafuatilia nyendo zake.

Kwahiyo, ili jasusi aweze kuifanya Idara ya Usalama wa Taifa wa nchi husika isimshtukie, yaani hapo kwenye eneo la kupuuza (ignorance) kama ilivyotanabaisha hapo juu, ni LAZIMA amudu kuepuka kufuatiliwa.

Na sio kwa ajili ya eneo hilo la "adui" kupuuza tu, bali hata eneo la kuchunguza (*probing*), kwa sababu endapo wakimfuatilia na yeye akamudu kuwakwepa, watashindwa kuhamia hatua ya tatu na yawezekana kurudi hatua ya kwanza kwa kujiridhisha kuwa jasusi huyo hana athari.

Lakini jambo la muhimu zaidi ni ambalo limekuwa likirudiwa mara kwa mara katika sura hizi kwamba jasusi anapokuwa nje ya nchi, ni salama zaidi kwake kuhisi kuwa kuna "macho yasiyoonekana yanayomwangalia."

Kuwa na hisia hiyo kutamfanya jasusi achukue tahadhari muda wote. Na ikumbukwe, kuwa hii sio shughuli inayomruhusu afanye kosa moja kwa matarajio atarekebisha kosa hilo mara ya pili. Kosa moja, amekwisha. Na si yeye pekee bali watu wengi wanaohusiana nae.

Kujikinga na ufuatiliaji ni kama kujikinga dhidi ya udukuzi

Kwenye kozi ya udukuzi wa kimaadili (*ethical hacking*) wanafundisha kwamba ili mdukuzi wa kimaadili aweze kumdhibiti mdukuzi mhalifu ni lazima afahamu mbinu anazotumia kufanya uhalifu huo.

Kadhalika, ili jasusi aweze kukwepa kufuatiliwa ni muhimu kwa yeye kufahamu ufuatiliaji unafanywaje.

Ni kwa minajili hiyo, sura hii ina sehemu mbili. Ya kwanza inahusu jinsi ufuatiliaji unavyofanyika. Sehemu ya pili inahusu jinsi jasusi anavyoweza kujikinga dhidi ya ufuatiliaji, kitu kinachofahamika kwa kimombo kama *counter-surveillance*.

Aina za ufuatiliaji

Ufuatiliaji unaweza kugawanywa katika makundi kadhaa kwa kutegemea unavyofanyika. Kundi mojawapo ni ufuatiliaji wa siri vs ufuatiliaji wa wazi

Ufuatiliaji wa siri (*covert surveillance*)

Mara nyingi ufuatiliaji hufanywa kwa siri. Na sababu kuu ya kufanya ufuatiliaji kwa siri ni kutomshtua anayefuatiliwa. Na ni muhimu kutomshtua anayefuatiliwa kwa sababu kama ambavyo utakuwa umeshafahamu hadi kufikia hatua hii ni kwamba jasusi hutegemea zaidi mtandao wa "majasusi" wa kumletea habari anazozisaka katika nchi husika. Kwahiyo, endapo jasusi akishtukia kuwa anafuatiliwa, lazima ataghairi hatua inayofuata.

Unaweza kudhani "jasusi anayefuatilia akighairi, basi wafuatiliaji nao wataamua kusubiri." Ni kweli hiyo ni moja ya options, lakini zoezi la ufuatiliaji sio tu lina gharama zake bali mara nyingi hushirikisha watu kadhaa. Kwahiyo kuahirisha shughuli zote kwa ajili ya kumsubiri jasusi achukue hatua ilhali anaweza kusubiri hata miezi kadhaa, ni rahisi kinadharia kuliko kivitendo.

Kwa upande mwingine, kama ilivyoelezwa katika sura iliyopita, mara baada ya kuwasili katika nchi husika, jasusi anapaswa kutumia muda wa kutosha kujiridhisha kuwa mazingira yapo salama kabla hajaanza jitihada za kusaka watoa habari, zoezi ambalo lahitaji tahadhari kubwa na linaloweza kuchukua muda mrefu. Kwahiyo wafuatiliaji wanalazimika kuwa sio tu kuwa na nguvukazi ya kutosha bali pia wawe na muda wa kutosha.

Ufuatiliaji wa wazi (overt surveillance)

Kuna nyakati ufuatiliaji hufanyika kwa uwazi, japo ni nadra. Ufuatiliaji wa wazi hulenga zaidi kwenye kufikisha ujumbe kwa anayefuatiliwa kwamba "tunafahamu kuhusu uwepo wako/dhamira yako."

Moja ya hasara kubwa za aina hii ya ufuatiliaji ni ukweli kwamba baada ya mfuatiliwaji kufahamu kuwa anafuatiliwa ataacha kutekeleza shughuli yake, na hiyo itawanyima fursa wafuatiliaji kufahamu zaidi kuhusu wanayemfuatilia.

Kundi jingine la ufuatiliaji ni la ufuatiliaji wa kuongozwa vs ufuatiliaji wa kujipenyeza.

Ufuatiliaji wa kuongozwa (*directed surveillance*)

Huu ni ufuatiliaji wa siri wa mienendo ya mlengwa, maongezi yake na shughuli mbalimbali anazofanya. Ufuatiliaji unaweza kufanywa kwa miguu, kwa kutumia magari au kwa kutumia vitu vinavyoangalia kama vile CCTV.

Ufuatiliaji wa kujipenyeza (*intrusive surveillance*)

Huu ni ufuatiliaji wa siri unaopenyeza kwenye maisha ya mfuatiliaji, kwa mfano kwa kuweka vinasa sauti ndani ya makazi ya mlengwa, kunasa maongezi kwenye simu (bugging), kuweka kamera za siri, nk. Japo ufuatiliaji wa aina hii una ufanisi mkubwa, una ugumu mwingi katika kuuwezesha (kupandikiza nyenzo husika) na kuna hatari ya wapandikizaji kudhaniwa ni majambazi endapo watashtukiwa wakati wanapandikiza nyenzo husika.

Kundi jingine la ufuatiliaji ni kutegemea kazi inafanywa na binadamu au teknolojia.

Ufuatiliaji unaofanywa na binadamu (*physical surveillance*)

Aina hii ya ufuatiliaji ndio maarufu zaidi na ina muda mrefu zaidi. Katika aina hii mlengwa hufuatiliwa aidha kwa miguu au kwa kutumia usafiri.

Ufuatiliaji wa kielektroniki (*electronic surveillance*)

Katika ufuatiliaji huu, badala ya binadamu kufuatilia, kinachofanya kazi hiyo ni teknolojia. Katika kundi hili kuna aina mbalimbali ya ufuatiliaji ikiwa ni pamoja na udukuzi, kunasa mawasiliano kwa siri, kutumia kamera za siri, nk.

Kundi jingine la aina za ufuatiliaji ni lile la ufuatiliaji wa watu wengi vs ufuatiliaji wa walengwa maalum

Ufuatiliaji wa halaiki (*mass surveillance*)

Moja ya lawama zinazoelekezwa kwa Idara za Usalama wa taifa sehemu nyingi duniani ni kitendo cha kufanya ufuatiliaji wa halaiki ambao mara nyingi hukiuka haki ya faragha ya watu wasio na hatia. Lakini hoja ya utetezi kwa hatua hiyo ni kwamba ili taasisi hizo ziweze kubaini walengwa, inabidi kukusanya taarifa nyingi kadri ziwezekanavyo kabla ya kuzichuja na kupata walengwa.

Na hii inajibu hoja inayoongelewa na watu wengi kuwa "mie nifuatiliwe na watu wa usalama kwa umuhimu gani nilionao?" Watu hawafuatiliwi kutokana na umuhimu wao bali uwezekano wao kuwa walengwa wa kinachotafutwa.

Changamoto kwa aina hii ya ufuatiliaji ni kwamba hugharimu muda mwingi na huhitaji nguvukazi kubwa. Vilevile, inahitaji umakini mkubwa kutokana na idadi kubwa ya *data* ambayo inaweza kuongeza uwezekano wa makosa kwenye kuchambua data husika.

Ufuatiliaji wa lengo kusudiwa (*targeted surveillance*)

Katika aina hii ya ufuatiliaji, mlengwa/walengwa hufahamika na kuondoa haja ya kufuatilia umati wa watu.

Tofauti na ufuatiliaji wa halaiki, aina hii ya ufuatiliaji inatarajiwa kutochukua muda mrefu na idadi kubwa ya nguvukazi. Hata hivyo, endapo walengwa ni watu wenye uelewa wa jinsi ya kukwepa kufuatiliwa, zoezi zima sio tu linaweza kuchukua muda mrefu bali pia linaweza lisiwe na ufanisi.

Kundi jingine la aina za ufuatiliaji linahusu hatua husika katika ufuatiliaji, kama ni hatua ya awali au ufuatiliaji kamili

Ufuatiliaji wa awali (soft phase)

Hatua hii ni ya kukusanya taarifa za muhimu kwa ajili ya hatua ya pili

Ufuatiliaji kamili (hard phase)

Hapa ni shughuli kamili inafanyika baada ya kukusanya taarifa za kutosha kwenye hatua ya kwanza.

Mchakato wa ufuatiliaji

Hatua ya kwanza ni kutambua mlengwa. Kwa vile sura hii inahusu ujasusi, mlengwa hapa atakuwa jasusi wa nchi ya kigeni aliyekuja kwenye nchi husika kwa lenga la kusaka taarifa za kiintelijensia.

Baada ya kutambua mlengwa, hatua inayofuata ni kufanya ufuatiliaji husika. Hata hivyo, hatua hii ya pili inaweza kuwa sehemu ya hatua ya kwanza kwa sababu ili kumtambua mlengwa, kunaweza kuwa na haja ya kumfuatilia anayehisiwa kuwa mlengwa.

Miongoni mwa changamoto katika kufanya ufuatiliaji ni pamoja na

- Mlengwa kutokuwa na ratiba inayoeleweka: ni rahisi kufanya ufuatiliaji wa mtu ambaye ratiba yake inaeleweka, kwa mfano anaondoka kwenye makazi yake muda gani, anapendelea kwenda sehemu gani, anarudi kwenye makazi yake muda gani. Kutokuwa na ratiba inayoeleweka inaweza kuwa ni mbinu inayotumiwa na mlengwa kuepuka kufuatiliwa.

- Mwamko kuhusu ufuatiliaji (*surveillance awareness*): kama ilivyoelezwa awali, taaluma ya intelijensia kwa ujumla ni kama mchezo wa kuzidiana akili, ambapo "atakayemzidi mwenzie akili/maarifa ana nafasi kubwa ya kuibuka mshindi." Katika ufuatiliaji pia, watu wa *counterintelligence* au *counterespionage* wanatakiwa kuwa hatua moja au kadhaa mbele ya jasusi ili waweze kumtambua na hatimaye kumfuatilia ili kujiridhisha na inapobidi, kuchukua hatua dhidi yake. Zoezi la kumfuatilia jasusi mwenye mwamko wa kutosha kuhusu ufuatiliaji huwa gumu kwa sababu kimsingi ni jukumu la mwanzo kabisa la jasusi kuhakikisha kuwa hatambuliki. Na asipotambulika, maana yake wafuatiliaji "hawana chao."

- Changamoto nyingine ni utekelezaji wa ufuatiliaji. Kwa mfano, endapo wafuatiliaji hawatokuwa makini kiasi cha jasusi kufahamu kuwa wanamfuatilia, ni wazi kuwa ufuatiliaji wao hautokuwa na mafanikio.
- Changamoto nyingine ni ufinyu wa muda, fedha na vitendea kazi.

Ni muhimu kutambua kuwa japo hadi hatua hii mkazo umekuwa kwenye ufuatiliaji unaofanywa na nchi ambayo jasusi amekwenda kufanya operesheni yake, ukweli ni kwamba jasusi mwenyewe anaweza kulazimika kufanya ufuatiliaji katika hatua yoyote ile ya operesheni yake huko aliko.

Ikumbukwe kuwa ufuatiliaji ni hatua muhimu katika ukusanyaji taarifa, na kwa mantiki hiyo, jasusi anaweza kulazimika kufanya ufuatiliaji ili kupata taarifa husika. Hata hivyo, kufanya ufuatiliaji katika nchi ya kigeni sio tu ni kitu hatari bali pia kinaweza kuharibu operesheni nzima ya jasusi.

Na wakati serikali huweza hata kuvunja sheria ili kufanya ufuatiliaji, jasusi aliyepo nje ya nchi atakuwa anavunja sheria kufanya ufuatiliaji na akikamatwa atakuwa anakabiliwa na majanga makubwa.

Malengo ya ufuatiliaji

Orodha ya vitu vinavyotafutwa katika ufuatiliaji inaweza kuhusu vitu vyovyote vile, kulingana na "mahitaji ya kiintelijensia" (bila shaka unakumbuka ni kitu gani). Baadhi ya vitu hivyo ni kama

- Utambulisho (identity) ya mlengwa.
- Makazi yake.
- Sehemu ya kazi.
- Usafiri anaotumia.
- Familia, ndugu, jamaa na marafiki.
- Kutambua ulinzi wake ukoje.
- Kupata mwangaza kwenye mwamko wake kuhusu ufuatiliaji.
- Kufahamu vitu anavyoletewa (barua, vifurushi, nk).
- Kufahamu watu wanaomtembelea.
- Kutambua mwenendo wake/tabia yake/mazowea yake.

- Kupata mwangaza kuhusu malengo yake.

Moja ya kanuni muhimu katika kufanya ufuatiliaji ni pamoja na kumheshimu mlengwa, kwa maana ya kudhani kuwa ana uelewa wa kutosha wa kubaini mbinu za ufuatiliaji.

Sifa za wanaofanya ufuatiliaji

- Ustahimilivu - kwa sababu kwa kawaida, ufuatiliaji ni shughuli inayogharimu muda mwingi.
- Uwezo wa kufikiri na kuchukua maamuzi haraka.
- Kujiamini.
- Uwezo wa kujichanganya na watu na/au mazingira ili wasitambulike.
- Macho na masikio timamu.
- Uwezo wa kukumbuka vitu.
- Mwepesi wa "kuzuga" endapo mlengwa ataonyesha kushtuka.
- Uwezo wa kutumia teknolojia inapohitajika.
- Dereva mzoefu endapo gari litatumika katika ufuatiliaji.
- Mwenye afya imara.

SURA YA KUMI NA NNE: Jinsi Jasusi Anavyowakwepa Wanaomfuatilia (Counter-Surveillance)

Maneno maarufu ya siri katika ufuatiliaji

BRAVO = Mwanaume

ECHO = Mwanamke

ALPHA = Jengo

CHARLIE = Gari

Hata hivyo, kila operesheni inaweza kuwa na maneno yake maalum tofauti na haya ambayo yamekuwa kwenye matumizi kwa muda mrefu.

Sura hii ni mwendelezo wa mada ya KUFUATILIWA, ambapo inaeleza hatua ambazo jasusi anapaswa kuchukua kukabiliana na kufuatiliwa, yaani *COUNTER-SURVEILLANCE*. Sambamba na hilo, sura hii pia itagusia kuhusu kitu kinachofahamika kama *ANTI-SURVEILLANCE*, ambacho ni mkakati mpana zaidi wa kudhibiti ufuatiliaji.

Surveillance, Countersurveillance, Anti-Surveillance

Ufuatiliaji kwa maana ya *surveillance* kumeelezewa vya kutosha katika sura iliyopita, na hakutokuwa na haja ya kurudia maelezo hayo hapa. Hata hivyo, mazungumzo kuhusu ufuatiliaji hujumuisha pia hatua zinazochukuliwa dhidi ya kufuatiliwa. Na hatua hizo zipo za aina mbili.

Anti-surveillance ni hatua za jasusi kutambua kama anafuatiliwa pasipo kuwashtua wanaomfuatilia.

Counter-surveillance ni hatua anazochukua ambazo kimsingi zinachukuliwa na Idara ya Usalama wa Taifa ya nchi husika kuhakikisha kuwa maafisa wake hawafanyiwi ufuatiliaji pasipo kuwashtua wanaofanya ufuatiliaji huo.

Kwa minajili ya kuokoa muda na nafasi, sura hii itatumia neno *counter-surveillance* kumaanisha hatua za jasusi dhidi ya *surveillance*.

Jasusi kutambua kuwa anafuatiliwa

Kuna msemo kwamba ili uweze kupata maana ya neno kwenye kamusi shurti ujue linavyoandikwa, na wakati mwingine linavyotamkwa. Kwa mfano, *dessert* (kitindamlo) na *desert* (jangwa).

Kadhalika, ili jasusi aweze kukwepa wanaomfuatilia shurti athibitishe kuwa anafuatiliwa. Na ili jasusi amudu kukwepa kufuatiliwa shurti ajue vema ufuatiliaji unafanywaje.

Ni kama kwenye udukuzi wa kimaadili (*ethical hacking*) ambapo ili mdukuzi wa kimaadili aweze kumzuwia mdukuzi mhalifu, shurti afahamu mbinu za udukuzi zinazotumiwa na wadukuzi wahalifu.

Kosa maarufu zaidi katika ufuatiliaji ni pale wanaofuatilia wanaposhindwa kuendana na mazingira ya ufuatiliaji.

Kuna misamiati miwili muhimu, *cover for status* na *cover for action*.

Cover for status ni kifuniko cha kuwezesha kuficha nafasi ya mfuatiliaji. Kwa mfano, kama mfuatiliaji anaweza kujifanya ni mwanachuo anayejisomea kwenye internet cafe, na ni jambo la kawaida kwa wanachuo kuuliza maswali. Au anaweza kuvaa uhusika wa mwandishi wa habari anayefuatilia tukio flani, na waandishi wa habari ni wadadisi, kwahiyo endapo mfuatiliaji atalazimika kuwa mdadisi, kifuniko cha uanahabari kitamlinda.

Cover for status fyongo ni mfuatiliaji aliyevaa suti kali kujivika kifuniko cha mpiga kiwi (shoe shiner). *By the way*, wapiga kiwi wengi hutumika kwenye ufuatiliaji.

Cover for action ni kifuniko kinachotumika kuficha jukumu husika. Kwa mfano, mfuatiliaji anaweza kujivika kifuniko cha fundi simu na akapanda kwenye mnara wa simu pasi kushtukiwa. Lakini mtu suti kali akionekana juu ya mnara wa simu lazima atashtukiwa.

Lengo la kutumia *cover for status* na *cover for action* ni kumwezesha mfuatiliaji aonekane kuwa "mtu sahihi katika mazingira stahili" na kuondoa uwezekano wa kushtukiwa na mlengwa.

Kuna kitu kinachofahamika kama TEDD ambacho ni kifupi cha maneno manne muhimu katika mafunzo ya ufuatiliaji, yaani Time (muda), *Environment* (mazingira), *Distance* (umbali) na *Demeanor* (tabia). Mfuatiliaji asipozingatia vitu hivi vinne, anaweza kutambulika kirahisi.

Katika mazingira ya kawaida tu, hata bila kuwa jasusi, ukimuona mtu flani nyakati flani, mahali flani na umbali flani, unaweza kuhisi kuwa anakufuatilia. Kadhalika, kama upo sehemu halafu kuna mtu anaonyesha tabia flani - kwa mfano kama anakupiga picha kwenye simu yake - unaweza kuhisi kuwa anakufuatilia. Kwa jasusi, kitu kimoja kati ya hivyo au baadhi au vyote ni ishara kuwa kuna hatari.

Kadhalika, mfuatiliaji anatakiwa kuepuka hofu kuwa labda amegundulika ilhali amechukua tahadhari zote. Hofu hiyo hufahamika kama *burn syndrome*.

Sio rahisi kuorodhesha kasoro zote zinazoweza kumshtusha mfuatiliwaji, lakini baadhi ni pamoja na hizi (kwa ufuatiliaji unaofanywa kwa gari)

- Kuegesha katika sehemu moja kwa muda mrefu huku mfuatiliaji akiwa ameketi kiti cha mbele.
- Kuwasha gari na kuzima kadri anavyofanya mfuatiliwaji.
- Kuendesha gari polepole sana au kwa kasi sana na kufanya miondoko isiyo ya kawaida au kusimama ghafla pindi mfuatiliwa anaposimama.
- Kuwasha indiketa ya kukata kona lakini bila kukata kona.
- Kupitiliza kwenye taa nyekundu.

- Kutumia radio call, darubini au kamera kutoka kwenye gari.
- Kuwa umbali sawa na mlengwa kwa kitambo kirefu na kubadili kasi ya mwendo kadri mlengwa anavyobadili kasi.
- Kusimama kwenye roundabout kusubiri uelekeo wa gari la mlengwa.
- Kuruka kutoka kwenye gari wakati mlengwa anasimamisha gari lake na kutoka nje.
- Kuegesha gari lakini kubaki ndani ya gari.

Ni katika mantiki hii, Idara za Usalama wa Taifa duniani kote hutumia muda mwingi na fedha nyingi katika kuendesha mafunzo ya ufuatiliaji, sambamba na kukwepa ufuatiliaji kwa sababu pasipo mafunzo ya kutosha, ufanisi katika zoezi zima la ufuatiliaji unaweza kuwa mdogo au usiwepo kabisa.

Counter-surveillance.

Jasusi atalazimika kukabiliana na ufuatiliaji endapo atabaini kuwa anafuatiliwa. Hata hivyo, tatizo ni kwamba kwa kuchukua hatua dhidi ya ufuatiliwaji, inaweza kuwathibitishia wafuatiliaji wake kuwa "wanayemfuatilia ana lengo baya."

Ni kama mfano unaotumika sana kwenye taaluma ya udukuzi wa kimaadili kwamba "shirika la ushushushu wa kunasa mawasiliano huko Marekani, NSA, wanapoona mtu anaficha sana taarifa zake basi wanahisi pia kuwa anawezekana kuwa ana nia mbaya." Kwamba "mtu wa kawaida tu" hawezi kuchukua hatua kubwa kujilinda mtandaoni.

Kadhalika, ni rahisi kwa wafuatiliaji kuhitimisha kuwa wanayemfuatilia "ni mwenzao" (kwa maana ya taaluma ya intelijensia) na hivyo kuongeza jitihada au kuchukua hatua kali zaidi.

Hata hivyo, dhumuni la ufuatiliaji sio tu kufuatilia nyendo za mlengwa bali kuhakikisha pia kuwa nyendo hizo zinawawezesha wafuatiliaji kupata taarifa zaidi kuhusu mlengwa.

Kwa mfano, wanapomfuatilia jasusi, watapaswa kuhakikisha wanafahamu anawasiliana au/na anakutana na nani, kwa sababu kama ilivyoelezwa awali, utendaji kazi wa jasusi katika nchi ya kigeni hutegemea watoa habari katika nchi husika.

Ni muhimu kukumbuka kuwa kama ambavyo ufanisi wa ufuatiliaji unategemea "kumzidi kete" jasusi, ufanisi kwa jasusi dhidi ya wanaomfuatilia kunategemea yeye "kuwazidi kete" pia.

Katika sura mbili zilizopita, yalitajwa maeneo matatu kuhusu mwamko kuhusu adui (adversarial awareness).

- Kupuuza (*ignorance*): hapa adui hana taarifa ya uwepo wa jasusi wa kigeni. Katika ujasusi, kila jitihada inafanyika kuhakikisha kuwa adui anabaki kwenye hatua hii.

- Kuchunguza (*probing*): hapa adui anahisi kuhusu uwepo wa jasusi na/au shughuli za kijasusi, na ikithibitika anahamia hatua ya kulenga (*targeting*). Lakini akijiridhisha kuwa hakuna lolote, anarudi katika hatu ya kupuuza (*ignorance*).

- Kulenga (*targeting*): hapa adui ameshajiridhisha kuhusu uwepo wa jasusi na sasa anafuatilia nyendo zake.

Endapo jasusi atafanikiwa kuwafanya maafisa wa Idara ya Usalama wa Taifa wa nchi aliyokwenda kufanya operesheni waaki katika hatua ya *ignorance* basi ni wazi kuwa hata huo ufuatiliaji hautokuwepo in the first place.

Na hata kama Idara ya Usalama wa Taifa wa nchi ambayo jasusi yupo kwa ajili ya operesheni yake itaamua kuingia hatua ya probing, umakini wa jasusi utapelekea warudi hatua ya awali ya ignorance na hivyo kutoa mwanya kwa jasusi kuendelea na operesheni yake.

Ili jasusi aweze kubaini kuwa anafuatiliwa anapaswa kuwa na uelewa wa kutosha wa kila kitu kinachohusiana nae katika eneo, muda, mazingira na tabia husika.

Moja ya mbinu za kuchunguza kama anafuatiliwa ni kuchukua kinachoitwa *Surveillance Detection Route* (SDR) yani njia (barabara) ya kubaini kama kuna ufuatiliaji unafanywa dhidi yake.

Njia mwafaka ya SDR ni barabara ndefu yenye mitaa kadhaa hapo kati lakini isiyo na msururu wa magari. Ni changamoto kwa ufuatiliaji kuwa na ufanisi endapo kuna magari mawili tu, la mlengwa na la mfuatiliaji.

Hata endapo ufuatiliaji unafanywa kwa miguu, SDR mwafaka ni mtaa wa aina hiyo pia. Na kama ilivyo kwa ufuatiliaji kwa gari, ufuatiliaji kwa miguu kati ya watu wawili tu, mfuatiliaji na mfuatiliwaji ni changamoto kubwa.

Vitu vya kumsaidia jasusi kubaini kama anafuatiliwa ni pamoja na watu (mwanamke au mwanaume?), asili (mtu mweusi au mzungu au mhindi?), maumbile (mrefu au mfupi? mnene au mwembaba? mzee au kijana?), magari (rangi ya gari, aina ya gari, namba ya gari, nk), matendo (mtu ambaye kama anatafuta mtu/kitu, ana kamera inayopiga picha/inarekodi video, anaandika kwenye notebook, anaangalia saa mara kwa mara, nk)

Ili kujiridhisha, jasusi anaweza kutumia dangle (wakumbuka ni nini?) ambapo anaweza kuacha nyaraka isiyo na madhara mahala flani kisha akaangalia kama itachukuliwa.

Kadhalika, jasusi anapaswa kuangalia muundo wa ufuatiliaji.

- Mtu mmoja anayefuatilia kwa mguu - ni rahisi kumtambua.

- Mtu zaidi ya mmoja - ni ngumu kuwatambua.
- Magari kadhaa - hapa ni shughuli pevu kwa jasusi.
- Magari na watu kadhaa - hapa ni zaidi ya shughuli pevu kwa jasusi.

Vilevile jasusi anapaswa kuwa makini na watu wanaorandaranda, wanaotengeneza barabara au wafagizi wa barabara, watu kwenye vibanda vya simu, watu waliobeba vifurushi ambavyo haviendani na hali ya kawaida, baiskeli au pikipiki zilizopaki sehemu zisizo za kawaida, nk.

Hatua

Ikumbukwe kuwa ujasusi ni kosa kubwa huko nje ya nchi ambako jasusi yupo kwenye operesheni husika. Kwahiyo, endapo atabaini kuwa anafuatiliwa, kipaumbele kikubwa kabisa ni kusalimika. Akikamatwa, kuna uwezekano mkubwa operesheni nzima ikaharibika. "Inawezekana" kwa sababu kwa vile tu jasusi amekamatwa haimaanishi kuwa hawezi kutumia mbinu za kijasusi kuinasua, japo uwezekano huo sio tu ni hafifu bali pia ni mgumu.

Kadhalika, ni muhimu kwa jasusi kutambua kuwa anayewindwa sio yeye tu bali watu wanaomsaidia kupata taarifa yaani watoa habari wake. Kwahiyo, kuushinda ufuatiliaji ni muhimu sio kwake tu bali pia kwa watoa habari wake endapo ameshawapata. Kama hajawapata, zoezi zima la kuwapata litakuwa gumu kwa sababu wanaweza sio tu kukamatwa bali pia wanaweza kutumiwa ili wamkamatishe jasusi.

SURA YA KUMI NA TANO: Ngono kama nyenzo ya ujasusi [sex espionage a.k.a sexpionage]

Uhusiano kati ya ngono na intelijensia ni wa muda mrefu na unakwenda mbali tangu zama za awali kabisa za historia.

Inteljiensia inatajwa kuwa ni taaluma ya pili kwa ukongwe (second oldest profession) duniani. Je waijua taaluma ya kwanza kwa ukongwe duniani? Ni ukahaba.

Hata hivyo, baadhi ya wajuzi wa mambo wanasema intelijensia ni taaluma ya kwanza kwa sababu hata kwenye ukahaba, intelijensia hutumika kufahamu kuhusu walipo wateja au kukwepa polisi na hata kukwepa hatari inayoweza kuwakabili makahaba.

Na japo ukahaba waweza kuwa nyenzo katika intelijensia, sio lazima utumike, ilhali kwenye ukahaba, matumizi ya intelijensia ni lazima kwa kahaba kuhakikisha usalama wake.

Katika historia

Kuna simulizi mbili kwenye Agano la Kale katika Biblia takatifu zinazohusu wanawake wawili, Rahabu na Delila.

Miaka 40 baadaye Waisraeli walijipanga tena wakajitayarisha kuingia katika Nchi ya Ahadi, wakati huu chini ya uongozi wa Yoshua, ambaye alikuwa mmoja wa majasusi wawili walionusurika katika operesheni iliyofanywa chini ya Musa.

Kama hapo awali, kulikuwa na haja ya kutuma majasusi katika Nchi ya Ahadi ili kupata inteligensia. Yoshua, alifanya mipango kama kiintelijensia. Alichagua vijana wawili ambao majina yao hayakuandikwa na kuwaagiza wachunguze upya jiji la Yeriko.

Majasusi hao walikwenda Yeriko na kumtembelea kahaba aitwaye Rahabu. Ijapokuwa kuwapo kwa majasusi hao kuliripotiwa kwa wenye mamlaka wa eneo hilo, Rahabu aliwaficha na kuwazuia wasikamatwe. Kadhalika aliwasaidia kutoroka na hatimaye wakarudi kwao ambapo walimweleza Yoshua kila kitu kilichotokea, hasa taarifa walizopewa na yule kahaba. Katika Biblia Takatifu, maelezo haya yanapatikana katika Joshua 1, Joshua 2 na Kumbukumbu la Torati.

Kama ilivyotanabaishwa awali kuhusu ukaribu katika ya inteligensia na ukahaba, kuna kitu kinachoitwa honeypot au honey trap ambacho maana yake ni matumizi ya ngono kwenye kusaka taarifa. Mwanamke mrembo anatumika kumrubuni mlengwa hadi anafanikiwa kupata taarifa. Nchi moja jirani imefanikiwa sana katika mbinu hii.

Honey trap ya kwanza kabisa ipo kwenye Agano la Kale ndani ya Biblia Takatifu ambapo Delila alitumiwa na Wafilisti kama chambo cha kumnasa Samsoni, mwanamume hodari wa Waisraeli. Habari ya Samsoni na Delila inapatikana katika kitabu cha Waamuzi (Judges) sura ya 16.

Somo la kutongoza

Katika kozi ya awali ya kuwa Afisa wa Idara ya Usalama wa Taifa, kuna "somo la kutongoza." Kimsingi sio kutongoza kwa ajili ya ngono bali shughuli nzima ya kuongea na mtu hadi akupatie taarifa ambayo vinginevyo asingeweza kukupa, inakaribiana na suala zima la kutongoza.

Na ni jambo la kawaida kwa maafisa waliofundishwa mbinu hizo walipokuwa chuoni kuzifanyia majaribio "mtaani" mara baada ya kumaliza mafunzo. Na pengine hii ni moja ya sababu zinazopelekea dhana kuwa "takriban maafisa wote wa Idara za Usalama wa Taifa huwa wazinzi." Hata hivyo ni muhimu kutambua kuwa uzinzi ni tabia ya mtu binafsi zaidi kuliko iliyotokana na "kufunzwa kutongoza."

James Bond na warembo

Yayumkinika kutanabaisha kuwa watu wengi duniani wamefahamu kuhusu ulimwengu wa intelijensia ikiwa ni pamoja na ujasusi kupitia filamu za James Bond aka 007.

Kila filamu ya James Bond huwa na mhusika wa kike ambaye ni mrembo haswa. Na nyakati nyingine huwa na warembo wengine kadhaa.

Na kitu kimoja ambacho hutoshindwa kukibaini ni jinsi urembo wa wanawake hao unavyotumiwa na majasusi kwenye filamu husika.

Lakini kwenye filamu za James Bond, sio tu uwepo wa wanawake warembo unaojenga ukaribu kati ya ngono na ujasusi bali pia wahusika wakuu wa kiume, yaani James Bond a.k.a 007 wenyewe, hutafsiriwa kama "alama za ngono" kwa kimombo sex-symbols.

Na James Bond anafahamika kama "jasusi wa ngono" (sex-spy) maarufu zaidi wa kiume ilhali kwa upande wa majasusi wa kike ni Mata Hari - ambaye ataongelewa zaidi katika sura inayohusu majasusi maarufu zaidi duniani.

Ngono inavyotumika kama nyenzo ya ujasusi

Kwa kiasi kikubwa, ujasusi ni fani inayohusisha sana kusaliti uaminifu.

Na sio kusaliti uaminifu tu bali pia kujenga uhusiano wa hadaa kati ya jasusi na mlengwa mwenye taarifa za kiintelijensia zinazowindwa na jasusi husika. Na moja ya nyenzo maarufu katika kuwezesha hayo ni matumizi ya ngono katika ujasusi.

Neno la kimombo ni sexual espionage au sex espionage au kwa kifupi sexpionage.

Maana yake hasa ni mbinu ya kukusanya taarifa za kijasusi ambapo jasusi au mtu anayemtumia kupata taarifa hizo anaanzisha mahusiano "yanayogusa hisia" au kujihusisha na mahusiano ya kimapenzi na mlengwa, na kumjengea uaminifu utakaopelekea mlengwa huyo kutoa taarifa za siri aidha akiwa anajielewa au bila kujielewa, au kwa kumtisha kuonyesha taswira za ngono zinazomhusu ili aweze kutoa taarifa kusudiwa.

Njia hii hufahamika kama "maongezi ya kwenye mto" kwa kimombo pillow talk. Lakini ni maarufu zaidi kwa jina la honeypot au honey trap.

"Mtoa habari" kama chambo

Katika kutumia ngono kama nyenzo ya ujasusi, mara nyingi anayetumwa kufanya shughuli ni mtoa habari na sio jasusi mwenyewe. Ananchofanya jasusi ni kupata mtoa habari kwa kutumia mbinu zilizotanabaishwa katika sura zilizopita, kumpatia mafunzo husika, kabla ya "kumlengesha" kwa mlengwa.

Kama inavyoonekana katika filamu nyingi za kijasusi, mtoa habari anaweza kukutana na mlengwa na akasubiri mpaka apitiwe na usingizi kabla ya yeye kunasa taarifa husika (kwa mfano kwa kupiga picha nyaraka). Au kwa kumdadisi mlengwa katika namna ambayo mlengwa hatoshtukia kuwa anatoa siri au hata akishtukia, hatokuwa na hofu kwani hajui kuwa mwanamke aliyenae ni mtoa habari wa jasusi.

Lakini kama ilivyoelezwa awali, mtoa habari anaweza pia kupewa jukumu na kumpiga picha za utupu mlengwa ili baadaye zitumike kumtisha mlengwa atoe taarifa kwa lazima.

Mbinu hii inaweza pia kutumika kumfanya mlengwa kuwa mtoa habari. Kwa mfano, binti "analengeshwa" kwa mlengwa kisha wakiwa pamoja anafanikiwa kumpiga picha za utupu. Baada ya hapo, picha hizo zinaweza kutumiwa kumtisha mlengwa kwamba asipotoa ushirikiano, picha hizo zitawekwa hadharani au pengine atafikishiwa mkewe.

Japo mara nyingi mbinu hii hutumia zaidi wanawake, wanaume pia wanaweza kutumika katika mazingira ambapo mlengwa ni mwanamke au kwenye mahusiano ya jinsia moja. Kwa mfano, mlengwa anaweza kuwa mtu mwenye ndoa yake lakini pia imebainika kuwa anajihusisha na mahusiano ya jinsia moja kwa siri. Kwahiyo kinachofanyika ni kumtuma mtoa habari, kisha afanye mahusiano na mlengwa na kupata ushahidi - kama vile wa picha au video - kisha ushahidi huo utumike kumtisha mhusika ili atoe ushirikiano unaohitajika.

Mbinu hii inaweza pia kuwatumia makahaba ambapo mlengwa anafanya tendo la ndoa na kahaba kisha anarekodiwa halafu ushahidi unatumika kumtisha ili atoe taarifa au ushirikiano kusudiwa.

Shirika la zamani la ujasusi la Urusi, KGB, lilisifika sana kwa umahiri katika matumizi ya ngono kama nyenzo ya ujasusi. Taarifa zinaeleza kuwa shirika hilo lilikuwa na utaratibu maalum wa kuajiri mabinti warembo ambao kazi yao ilikuwa kushiriki kwenye ngono kwa ajili ya kupata taarifa za kijasusi.

Kadhalika, nchi moja jirani na Tanzania inatajwa kuwa mahiri katika mbinu hii hadi wakati huu, huku taarifa zikionyesha kuwa "imemwaga" lundo la mabinti warembo katika nchi mbalimbali ikiwa pamoja na Tanzania, na wanafanikisha vizuri ukusanyaji wa taarifa za kiintelijensia kwa kutumia ngono.

Anna Chapman

Anna Chapman ni jasusi wa Urusi ambaye pamoja na genge la majasusi wenzake wa nchi hiyo walikamatwa mwaka 2010 na Shirika la Ushushushu wa ndani la Marekani (FBI).

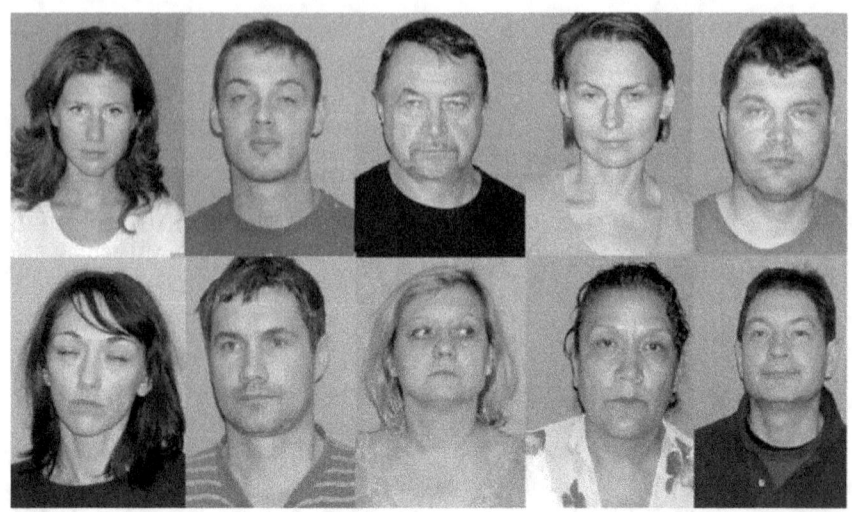

Turufu muhimu ya Anna ilikuwa urembo wake uliomwezesha kufahamiana na watu mbalimbali ikiwa ni pamoja na afisa mmoja wa Baraza la Mawaziri la Marekani.

"Huyu ni jasusi aliyefunzwa sana - Chapman ni kizazi kipya cha majasusi", alisema Frank Figliuzzi, Mkurugenzi Msaidizi wa FBI kitengo cha kupambana na ujasusi.

Alieleza kuwa Anna alikuwa mtaalamu wa teknolojia na analiyemudu kufanya ujasusi hata hadharani pasi kugundulika. Ilielezwa kwamba jasusi huyo na wenzake walikuwa mahiri mno katika fani hiyo, waliochaguliwa kutoka kwa chuo cha ujasusi cha Urusi, kwa sababu ya ufasaha wao wa lugha, na uwezo wao wa kujichanganya na watu mbalimbali.

Wakati anakamatwa, Anna alikuwa jasusi wa shirika la ujasusi la Urusi SVR. Aliweza kuingia Marekani kutokana na uraia wake wa Uingereza aliupata kupitia ndoa na mwanaume wa Kiingereza (raia wa Uingereza hawahitaji visa kuingia Marekani).

Licha ya kukiri makosa yake, Anna na wenzake waliishia kutimuliwa nchini Marekani badala ya kufungwa, kwa sharti kwamba Urusi nayo iwaachie raia wa Marekani iliyokuwa ikiwashikilia (rejea sura husika huko nyuma kuhusu kinachoweza kumnusuru jasusi endapo atakamatwa).

Kama ilivyoelezwa katika sehemu zilizotangulia, shughuli nzima ya intelijensia ni "biashara chafu" ambapo usaliti, mateso na hata mauaji ni "vitu vya kawaida." Katika ujasusi ni "balaa" zaidi kwa sababu operesheni za ujasusi ni za "roho mkononi," ambapo kosa moja tu la jasusi linaweza kuwa na madhara makubwa ikiwa ni pamoja na kupoteza uhai wake.

Mara kadhaa katika sura zilizotangulia, imeelezwa kwamba njia kongwe na inayotegemewa zaidi katika kukusanya taarifa za kiintelijensia ni kwa kumtumia binadamu, yaani human intelligence kwa kifupi HUMINT.

Na ni kwa mantiki hiyo, mlengwa mkuu katika kusaka taarifa za kiintelijensia ni mwanadamu pia. Anaweza kuwa ni mtumishi wa Idara ya Usalama wa Taifa ya nchi husika au mtu tu mwenye "access" na taarifa zinazowindwa. Na pengine kwa ufasaha zaidi, kinachowindwa zaidi ni ubongo wa mtu huyo, kwa sababu ndio sio tu unaweza kuhifadhi taarifa nyingi zaidi bali pia unamwezesha mhusika kuzifafanua taarifa husika kwa mujibu wa muktadha.

Mbinu mbalimbali za kisaikolojia zinahitaji kutumika kuufikia ubongo wa mhusika. Ushawishi wa chuki, kisasi, itikadi na uzalendo huweza kutumika, kama fedha inaweza kutumika kama rushwa, au kilevi kumlainisha mhusika.

Endapo udhaifu wa mhusika ni ngono, mwanamke mwenye maelekezo ya nini anapaswa kufanya kwa mlengwa, atatumika.

Ni dhahiri kuwa endapo Afisa wa Idara ya Usalama wa taifa atazingatia miiko ya kazi na taaluma ya inteligensia kwa ujumla itawawia vigumu watu wanaomwinda kufahamu mapungufu yake, na hiyo inaweza kumwepusha na kuwa mtego unaodhamiria kumnasa.

Ngono ni nyenzo yenye ufanisi kama nyenzo ya kijasusi kwa sababu kwa mujibu wa wanasaikolojia, ngono inashika nafasi ya pili nyuma ya kujinusuru (*survival*) na njaa. Yaani ushawishi wa ngono ni mkubwa kama ambavyo ushawishi wa kujinasua kwenye hatari au ushawishi wa njaa ambao (hukidhiwa na mlo).

Ni ushashiwi huo wa ngono unaotumiwa vilivyo na Idara za Usalama wa Taifa kote duniani katika operesheni zao mbalimbali, ikiwa ni pamoja na za kijasusi.

Hata hivyo, japo ngono ni nyenzo "ya kawaida" katika shughuli za Idara za Usalama wa Taifa duniani kote, ni jambo la kawaida pia kutokuta rekodi yeyote ya matumizi ya ngono kwa minajili ya kunasa taarifa za kiintelijensia. Na ni ukawaida huo wa ngono kama nyenzo ya kiintelijensia - na kijasusi pia - unaopaswa kumfanya kila Afisa wa Idara ya Usalama wa Taifa ya nchi yoyote ile kuwa makini sana na vishawishi vya ngono, katika namna ileile ambayo panya anapaswa kuwa makini na mtego wa panya.

Japo ni rahisi kwa Afisa wa Idara ya Usalama wa Taifa ya nchi husika kutambua hatari ya ngono, historia ya intelijensia imejaa uthibitisho kuwa kutambua hatari ya ngono ni jambo moja, lakini kujidhibiti dhidi yake ni jambo jingine kabisa. Ndio maana Maafisa wengi tu wa Idara za Usalama wa Taifa katika nchi mbalimbali hujikuta wakiingia kwenye mtego wa ngono licha ya uzoefu wao mkubwa katika taaluma hiyo, na ufahamu wao kuwa ngono ni hatari.

Mashoga

Kwa vile kwa watu wengi, neno ngono huleta tafsiri ya tendo kati ya jinsia mbili tofauti, ukweli ni kwamba historia ya ngono kama nyenzo ya ujasusi imejaa mifano mingi tu ambapo Maafisa wa Idara za Usalama wa Taifa za nchi mbalimbali walioangukia kwenye mtego wa ngono, lakini si kati ya mwanaume na mwanamke bali ngono kati ya watu wa jinsia moja (ushoga).

Kama ambavyo kimada anavyoweza kujiweka kwa mlengwa, kisha ukatafutwa ushahidi kuwa, kwa mfano, mlengwa anaisaliti ndoa yake na kimada huyo, na njia pekee ya siri hiyo kuhifadhiwa ni mlengwa kutoa ushirikiano kwa kuwezesha upatikanaji wa taarifa zinazowindwa, ndivyo ambavyo mlengwa mwenye ndoa yake anavyoweza kujikuta matatani baada ya kujihusisha na shoga, na kuambiwa kuwa siri yake ipo salama endapo tu atatoa ushirikiano.

Wakati hilo linaweza kuwa sio jambo la kushangaza sana kwa nchi za Magharibi ambako ushoga unazidi kuwa "jambo la kawaida," kwa nchi kama za Afrika, mwanaume mwenye mke akibainika kuwa anajihusisha pia na ngono na mashoga ni jambo la fedheha kubwa isiyoelezeka. Na katika mazingira hayo, mlengwa akiambiwa "tupatie taarifa hizi, la sivyo tutamwonyesha mkeo picha (au video) ukiwa na shoga" hatofikiria mara mbili kabla ya kukubali agizo hilo ili kuepusha aibu.

Lakini hata kwa nchi za Magharibi, kuna idadi kubwa tu ya watu wanaojihusisha na ushoga lakini wanaficha suala hilo. Kwahiyo, wanapowindwa na kuingia mtegoni, kisha kutakiwa watoe ushirikiano, vinginevyo siri wanayohifadhi ya ushoga itawekwa hadharani, hulazimika kutoa ushirikiano kirahisi.

Kadhalika, ushoga unaweza kutumika kum-*blackmail* mlengwa ambaye hata hajihusishi na ushoga. Kama ambavyo kimada anaweza kutumwa kumwandama mtu mpaka ikajengeka taswira kuwa huenda mtu huyo ana mahusiano na kimada husika, ndivyo ambavyo shoga anaweza kutumwa kujiweka karibu na mlengwa na zikapatikana picha (au video) mbalimbali wakiwa pamoja, kisha zikatumika kutengeneza mazingira ya kumtisha mlengwa kwamba "ukaribu wako na yule shoga ni ushahidi kuwa nawe unajihusisha na vitendo hivyo."

Kama ambavyo huwezi kumkwepa mtu ambaye hujui kama ana dhamira mbaya, ndivyo ambavyo mtu asiyefahamu kwamba huyo anayejiweka karibu nae ni shoga, hawezi tu kumwepa bila sababu ya msingi. Na kwa vile hana shaka nae, hata ikitokea kwa mfano shoga anamwekea mkono begani au anakaa mkao wa kimahaba, sio rahisi kwa mlengwa kuhisi kuwa anaingizwa mtegoni.

SURA YA KUMI NA SITA: Maneno/Lugha ya Kijasusi

Katika kukamilisha sehemu hii ya "jasusi kazini" ni vema kuangalia baadhi ya maneno yanayounda "lugha ya kijasusi." Ni mengi lakini hapa yataorodheshwa machache tu.

Agent: Mtu ambaye ameajiriwa kwa njia isiyo rasmi na huduma ya ujasusi, mara nyingi kama chanzo cha habari.

Agent-in-Place: Mfanyakazi wa serikali ambaye anashawishiwa kushirikiana na serikali ya kigeni; sasa anafanya kazi kwa waajiri wawili badala ya mmoja.

Agent-of-Influence: Mtu anayefanya kazi ndani ya serikali au vyombo vya habari vya nchi inayolengwa ili kuathiri sera ya taifa

Asset: Chanzo au njia ya siri, kwa kawaida ni *agent*.

Babysitter: bodigadi

Bagman: mtu anayelipa majasusi (watoa habari nje ya nchi) na kutoa rushwa panapohusika

Birdwatcher: "lugha ya mtaani" (slang) inayotumiwa na wana-intelijensia wa Uingereza kumaanisha jasusi

Black Bag Job: kuingia kwenye nyumba au ofisi kwa siri ili kukopi au kuiba nyaraka

Black Operations: operesheni za siri ambazo hazihusishwi na Idara ya Usalama wa Taifa ya nchi husika (kimsingi hakuna Idara ya Usalama wa Taifa duniani inayokiri kujihusisha na hujuma dhidi ya nchi nyingine)

Black Propaganda: upotoshaji wa taarifa ambao unaweza kukanwa na chanzo cha taarifa husika lakini hauwezi kuhusishwa na chanzo cha taarifa hiyo.

Blown (pia *"Burned"*): pale kifuniko cha Afisa wa Idara ya Usalama wa Taifa (hususan jasusi) kinapobainika. Msamiati wa Kiswahili ni "kuungua."

Bona Fides: uthibitisho wa utambulisho wa jasusi ambao mara nyingi ni feki

Bridge Agent: kiunganishi kati ya jasusi na mtoa habari katika eneo ambalo jasusi hawezi kuingia.

Brush Pass: jasusi na mtoa habari wanapokutana kwa muda mfupi kwa ajili ya kupasiana taarifa

Case Officer: jasusi

Chicken Feed: kwa Kiswahili "chakula cha kuku" yaani taarifa ya kweli lakini isiyo na madhara inayopewa Idara ya Usalama wa Taifa ya nchi nyingine kwa minajili ya kuimarisha utambulisho wa jasusi (*bona fide*)

Chief of Station: mkuu wa kituo cha CIA (Shirika hili lina vituo kila nchi ambako Marekani ina ubalozi).

Cipher: mfumo wa kuficha ujumbe kwa kuchanganya herufi na namba.

Clandestine Operation: operesheni ya siri ya kiintelijensia.

Clean: kisichofahamika kwa Idara ya Usalama wa Taifa ya nchi nyingine/adui.

Cobbler: jasusi anayetengeneza nyaraka feki kama vile passport, visa, vyeti, nk

Code: mfumo wa kuficha ujumbe kwa kutumia kundi la herufi au namba badala ya maneno.

Codebook: orodha ya maana za *codes*.

Compromised: pale jasusi au mtoa/watoa habari wanapobainika.

Counterintelligence: ni juhudi za Idara ya Usalama wa Taifa kukabiliana na jitihada za Idara za Usalama wa Taifa za nchi nyingine. Inahusisha pia kunasa majasusi wa kigeni.

Cover: kifuniko

Covert Action Operation: operesheni ya kijasusi inayolengwa kuathiri masuala ya nchi nyingine, yaweza kutumia nguvu au bila kutumia nguvu.

Dangle: mtu anayetumwa na Idara ya Usalama wa Taifa kwenda Idara ya Usalama wa Taifa ya nchi nyingine kwa matarajio kuwa watampokea kama msaliti ilhali lengo lake ni kuwa jasusi ndumilakuwili.

Dead Drop: sehemu ya siri ambapo taarifa zinaweza kuwekwa ili zichukuliwe baadaye na mlengwa.

Dezinformatsiya: neno la Kirusi linalomaanisha kutoa taarifa feki.

Discard: mtoa habari/jasusi ambaye Idara ya Usalama wa taifa ipo radhi afahamike au akamatwe ili kuwalinda watoa habari/majasusi wengine.

Disinformation: kusambaza taarifa feki kwa makusudi kwa lengo la kuhadaa, kuepesha (kuwatoa relini), kuwachanganya, kujenga hofu au/na mkanganyiko.

Double Agent: jasusi ndumilakuwili

Dry Clean: hatua anazochukua jasusi kuhakikisha kuwa hafuatiliwi

Escort: Afisa wa Idara ya Usalama wa Taifa – mara nyingi jasusi – anayemsindikiza Afisa Usalama wa Taifa wa nchi nyingine anayetoroka nchi hiyo.

Espionage: ujasusi. Anayefanya ujasusi huitwa *spy*.

Exfiltration Operation: operesheni ya kumwokoa mtu anayetoroka nchi yake ambaye ana maslahi kwa Idara ya Usalama wa Taifa ya nchi inayomwokoa.

Eyes Only: nyaraka zinazopaswa kusomwa na mtu kusudiwa pekee.

Floater: mtu anayetumiwa na Idara ya Usalama wa Taifa mara moja moja (mara nyingi pasi yeye kufahamu)

Friends: neno la mtaani (slangs) linalomaanisha maafisa wa Idara ya Usalama wa Taifa ya nchi nyingine (mara nyingi ni nchi rafiki)

Ghoul: Afisa wa Idara ya Usalama wa Taifa anayesaka taarifa za watu waliofariki ili zitumiwe na majasusi.

Handler: jasusi anayeendesha kundi la watoa habari

Honey Trap: mtego wa kutumia wanawake/ngono kumnasa mlengwa

Hospital: neno la mtaani (slang) kwa wana-intelijensia wa Kirusi linalomaanisha jela.

HUMINT: intelijensia inayokusanywa na binadamu

Illegal: neno linalotumiwa zaidi kuhusiana na majasusi wa Kirusi, ambapo jasusi husika anaingia nchi ya kigeni bila kinga ya kidiplomasia na kuchukua utambulisho mpya.

Illness: neno la mtaani katika intelijensia ya Urusi linalomaanisha mtu amekamatwa.

Infiltration: kumpenyeza jasusi au mtoa habari kwenye eneo kusudiwa

Intelligence Officer: Afisa Usalama wa Taifa. Pia wanaweza kuitwa *case officers, handlers,* au *operational officers.*

Kompromat: msamiati wa Kirusi unaomaanisha kuwa na taarifa za siri za mtu zinazoweza kutumiwa dhidi yake endapo hatotoa ushirikiano kwa Idara ya Usalama wa Taifa husika.

L-Pill: kidonge cha sumu cha kutumiwa na jasusi pindi mambo yanapoharibika.

Mole; pandikizi

Naked: jasusi asiye na kitu cha kumkinga wala mahala pa kupata msaada.

Nugget: msamiati kati intelijensia ya Waingereza unaomaanisha "mlimbo" (fedha, hifadhi ya ukimbizi wa kisiasa, ngono, ajira, nk) ili mtu asaliti nchi yake.

Nursemaid: msamiati katika intelijensia ya Urusi unaomaanisha Afisa wa Idara ya Usalama wa taifa anayeambatana na msafara wa serikali nje ya nchi kuhakikisha kuwa hakuna anayetoroka/anayesaliti nchi.

Pig: Msamiati kwenye intelijensia ya Urusi unaomaanisha msaliti

Playback: kutoa taarifa feki kwa adui wakati huohuo kukusanya taarifa sahihi kutoka kwake

Rolled-up: pindi operesheni ya kijasusi inapokwenda mrama na mtoa habari/jasusi anakamatwa.

Sanitize: kufuta maelezo ili kuficha utambulisho wa vyanzo vya kiintelijensia na njia zilizotumika kukusanya intelijensia husika.

Shoe: passport au visa feki.

Sleeper: jasusi anayeishi nchi ya nje kama raia wa kawaida wa nchi hiyo, na hufanya kazi za kijasusi pale tu mazingira yanapohitaji afanye hivyo.

Spy: jasusi

Spymaster: mkuu wa Idara ya Usalama wa Taifa

Steganography: mbinu ya kuficha ujumbe kwenye picha

Swallow: mwanamke anayetumiwa na Idara ya Usalama wa Taifa kumvutia mlengwa ili baadaye mlengwa atoe taarifa zinazowindwa.

The Company: jina lisilo rasmi la CIA. Idara ya Usalama wa Tanzania (TISS) pia ina jina la utani la "Kampuni" ambalo ni kifupi cha "Kampuni ya Nyasi."

Throwaway: mtoa habari asiye na faida kubwa kwa Idara ya Usalama wa Taifa ya nchi husika.

Tradecraft: mbinu zinazotumiwa na Maafisa wa Idara ya Usalama wa Taifa katika utendaji kazi wao.

Uncle: makao makuu ya Idara ya Usalama wa Taifa ya nchi husika.

Wet job: operesheni ambayo damu inamwagika, pia ulikuwa msamiati wa Shirika la zamani la Ujasusi la Urusi (KGB) kumaanisha mauaji ya kupangwa (*assassination*).

SURA YA KUMI NA SABA: Changamoto zinazokabili ujasusi/majasusi duniani

Sura hii inahusu changamoto mbalimbali zinazoukabili ujasusi/zinazowakabili majasusi duniani.

Changamoto ya awali kabisa katika ujasusi ni maana ya neno lenyewe ujasusi. Na changamoto kwenye maana ya neno ujasusi inaanzia kwenye maana ya intelijensia, kama ambavyo imeelezwa kwa kirefu katika makala zilizotangulia.

Kwa baadhi ya watu, neno ujasusi hujenga taswira mbaya japo ukiwauliza kwanini wanadhani ni kitu kibaya, huenda wasiweze kukujibu kwa sababu taswira hiyo chanya imechangiwa zaidi na maana sahihi ya ujasusi kutofahamika.

Kwa watu wengine ujasusi unahusishwa zaidi na yanayoonekana kwenye filamu kama za James Bond au tamthiliya kama vile 24 au Homeland. Na kwa vile tamthiliya hizo hutawaliwa zaidi na matumizi ya nguvu na kurushiana risasi na mauaji yasiyo na idadi, ujasusi nao hutafsiriwa na watu wengi tu kuwa ni masuala ya ubabe, mauaji, na vitu kama hivyo.

Lakini kinyume na fikra hizo, licha ya uwepo wa hatari kwa jasusi anapokuwa kwenye operesheni nje ya nchi, na kwa watoa habari wanaomwezesha kupata taarifa za kiintelijensia anazozisaka, ujasusi ni shughuli isiyohitaji drama, bali inayofanywa kwa usiri mkubwa na mapigano au hata kurushiana risasi ni pale tu operesheni inapokwenda mrama.

Kwa ujumla, na kama ilivyoelezwa kwa kirefu katika makala zilizotangulia, ujasusi unahusu: ukusanyaji wa makusudi wa taarifa ambao haujaidhinishwa na taifa lenye taarifa hizo. Hii inajumuisha vipengele vichache muhimu: (1) ujasusi huhusika na ukusanyaji wa taarifa; (2) ukusanyaji wa taarifa hauruhusiwi na taifa lenye taarifa hizo; (3) matumizi tofauti ya neno "habari" badala ya "inteliljensia"; na (4) inahusisha shughuli zinazohusishwa na mataifa pekee.

Changamoto nyingine ya muda mrefu kwa ujasusi ni ukweli kwamba japo kila taifa duniani lina Idara ya Usalama wa Taifa ambayo hujihusisha na ujasusi hakuna taifa lolote au Idara yake ya Usalama wa Taifa linalokiri kujihusisha na ujasusi.

Baadhi ya nchi zina Idara mahususi kwa ajili ya ujasusi, kama ilivyo kwa CIA ya Marekani, MI6 ya Uingereza au Mossad ya Israel, ilhali nchi nyingi huwa na Idara moja tu ya Usalama wa Taifa ambayo ndani yake kuna kitengo kinachohusika na ujasusi, kama ilivyo kwa Idara ya Usalama wa Taifa ya Tanzania (TISS) au Idara ya Usalama wa Taifa ya Kenya (NIS).

Lakini si nchi zenye Idara za Usalama wa Taifa zinazofahamika kuwa ni za ujasusi, kwa mfano CIA, wala si hizo ambazo ni Idara za Usalama wa Taifa tu pasi kuwa na Idara maalum inayoshughulikia ujasusi, inayokiri kuwa inajihusisha na ujasusi.

Changamoto nyingine kwa ujasusi ni uhusiano wake wa mashaka na takriban kila kada ambayo ni muhimu kwa ufanisi wa Idara yoyote ile ya Usalama wa Taifa.

Kwa mfano, kuna nyakati ambapo uhusiano kati ya Idara za Usalama wa Taifa na watengeneza sera serikalini hutawaliwa na mashaka.

Kwa upande mmoja, watengeneza sera hutamani Idara za Usalama wa Taifa ziwaletee taarifa "nzuri" zinazoendana na matakwa yao. Baadhi ya Idara za Usalama wa Taifa hususan katika nchi zenye demokrasia changa au zenye mapungufu ya kidemokrasia huishia kutoa taarifa za kuwaridhisha watengeneza sera badala ya kujikita kwenye "ukweli mchungu."

Kwa upande mwingine, Idara za Usalama wa Taifa duniani kote hufanya kazi zake kwa usiri mkubwa. Kinyume chake, watengeneza sera - wanasiasa, viongozi, watendaji, nk hufanya shughuli zao hadharani - angalau kwa muda mwingi. Na kwa hakika, kuna nyakati nyingi tu ambapo wanasiasa hupenda kufanya shughuli zao hadharani kwani ni mtaji mzuri kwao kisiasa - kuonekana kuwa wanachapa kazi.

Lakini usiri unaotawala utendaji kazi wa Idara za Usalama wa Taifa hupelekea taasisi hizo kuogopwa na watengeneza sera katika muktadha wa "huwezi kumwamini mtu ambaye hujui anachunguza nini." Kwamba hata katika maongezi ya kawaida tu kati ya Afisa wa Idara ya Usalama wa Taifa na mtengeneza sera, yawezekana kabisa "maongezi hayo ya kawaida" yanalenga kumchunguza mtengeneza sera huyo. Hii inapelekea uhusiano kati ya pande hizo mbili kuwa wa mashaka.

Kundi jingine muhimu kwa taaluma ya inteligensia kwa ujumla ni wanataaluma, lakini kwa muda mrefu mahusiano kati ya Maafisa wa Idara za Usalama wa Taifa, au Idara zenyewe, na wanataaluma yamekuwa sio mazuri. Si kwamba kuna uhasama bali ukweli kwamba kazi za kitaaluma hufanyika kwa uwazi ilhali shughuli za Idara za Usalama wa Taifa hufanyika kwa siri.

Kadhalika, japo kumekuwa na maendeleo ya kuridhisha katika stadi za inteligensia (intelligence studies) ambapo katika miaka ya hivi karibuni kumekuwa na ongezeko la machapisho ya kitaaluma kuhusu mada mbalimbali za inteligensia, kama vile ujasusi, bado kuna changamoto lukuki kwa wanataaluma kuisoma taaluma ya inteligensia kwa maana ya kufanya tafiti.

Tafiti nyingi zinazochapishwa kuhusu, kwa mfano, utendaji kazi wa Idara za Usalama wa Taifa, huwalazimisha wanataaluma kutumia mbinu za ziada, kwa sababu ni vigumu kwao kuzifikia (to access) taarifa muhimu kwa ajili ya tafiti zao.

Na sio kuzifikia taarifa tu bali pia kuna changamoto ya kuwapata watu wa kuwahoji kwenye tafiti hizo, ambao wengi hutarajiwa kuwa Maafisa wa sasa au wa zamani wa Idara za Usalama wa Taifa.

Hata hivyo, angalau kwenye nchi za Magharibi, kumekuwa na ongezeko la Maafisa wa zamani wa Idara za Usalama wa Taifa kujihusisha na stadi za intelijensia. Majarida ya kitaaluma yanayohusu masuala ya intelijensia na/au usalama wa taifa kama vile majarida haya pichani

# International Journal of Intelligence and CounterIntelligence

ARTICLES

Intelligence Reform and the Politics of Entrenchment
MICHAEL A. TURNER

Just War, Just Intelligence: An Ethical Framework for Foreign Espionage
ANGELA GENDRON

Learning from Intelligence Failures
JOHN HOLLISTER HEDLEY

The GISES Model for Counteracting Organized Crime and International Terrorism
PETER R. J. TRIM

Colonel Edward Fox and the 1964 Bolivian Coup
ROBERT O. KIRKLAND

Redl—Spy of the Century?
JOHN R. SCHINDLER

The ALSOS Mission, 1943–1945: A Secret U.S. Scientific Intelligence Unit
JOHN D. HART

Camp Chaos: U.S. Counterterrorism Operations at Guantanamo Bay, Cuba
JAMES R. VAN DE VELDE

BOOK REVIEWS

Stephen Marrin
Robert D'A. Henderson
Nigel West
Scott E. Simon

READERS' FORUM

VOLUME 18 • NUMBER 3 • FALL 2005

SURA YA KUMI NA NANE: Changamoto zinazokabili ujasusi/majasusi Tanzania

Changamoto nyingine kwa ujasusi ni katika muktadha wa sheria za kimataifa. Mjadala kuhusu endapo ujasusi ni halali au la sio tu ni mpana bali pia ni endelevu na haujapata mwafaka.

Kwa mujibu wa stadi za inteljensia, kuna angalau mitazamo mikuu mitatu:

- Ujasusi ni shughuli halali.
- Ujasusi si shughuli halali wala si shughuli haramu.
- Ujasusi ni shughuli haramu.

Kadhalika, ukimya wa sheria za kimataifa kuhusu ujasusi umepelekea mtazamo kwamba ni ukimya wa makusudi unaotoa ruhusa kwa shughuli hiyo.

Hata hivyo, kivitendo (practically) ujasusi unahusu hujuma dhidi ya taifa jingine bila kujali ni rafiki au adui, na sheria za kimataifa zipo wazi kuhusu uharamu wa vitendo vyovyote vile vinavyolenga kuhujumu taifa jingine. Kwa muktadha huu, ujasusi unakuwa shughuli haramu.

Sura hii inahusu inahitimisha maelezo kuhusu changamoto mbalimbali zinazoukabili ujasusi/zinazowakabili majasusi duniani, na kutupia jicho changamoto zinazoukabili ujasusi/zinazowakabili majasusi nchini Tanzania

Changamoto nyingine inayoukabili ujasusi/inayowakabili majajusi ni kwa upande wa teknolojia ya ukusanyaji taarifa za watu mbalimbali, sio kwa malengo ya kiintelijensia bali hata kwenye shughuli za kawaida tu. Katika nchi nyingi zilizoendelea, kasi ya ukusanyaji wa taarifa kuhusu watu mbalimbali inatengeneza mazingira magumu kwa majasusi kutengeneza vifuniko imara.

Japo teknolojia katika ukusanyaji wa taarifa mbalimbali inaweza kuwa na manufaa pia katika ukusanyaji wa taarifa za kiintelijensia, haiondoi uzito wa changamoto teknolojia hiyo inayoweza kuisababisha kwenye kutengeneza kifuniko cha jasusi.

Teknolojia ya ukusanyaji taarifa inasababisha changamoto nyingine kwa ujasusi/majasusi kutokana na ukweli kwamba ni ngumu mno kuzikwepa. Kama jasusi anapowasilia airport ananaswa kwenye kamera, anapofika kwenye taratibu za uhamiaji, taarifa zake zinachukuliwa kwa mfumo wa "biometric." Taarifa hizo ambazo jasusi anazitoa kwa hiari zinaweza kuwa kikwazo katika utendaji kazi wake katika nchi ya kigeni.

Hata hivyo, kama ambavyo sehemu mbalimbali za mfululizo wa makala hii zilivyoonyesha huko nyuma, haimaanishi kuwa kabla ya maendeleo haya ya teknolojia ya ukusanyaji taarifa, ujasusi ulifanyika kirahisi.

Kwa mfano, moja ya mambo yaliyovuma sana zama za Vita Baridi ni kilichofahamika kama "Kanuni za Moscow" (Moscow Rules).

Changamoto nyingine inahusiana na teknolojia pia ambapo intaneti imewaleta watu karibu lakini kidigitali zaidi kuliko "mtaani." Na japo kuna njia mbalimbali za kusakata taarifa kidigitali, njia hizo hukabiliwa na changamoto ya njia mbalimbali za kujikinga dhidi ya kufuatilia au kudukuliwa mtandaoni.

Changamoto nyingine ni mwingiliano kati ya intelijensia kama sekta ya umma na intelijensia kama sekta binafsi, hali ambayo inakuwa kwa kasi hususan katika nchi zilizoendelea. Katika nchi kama Marekani, Uingereza, Israeli, nk sasa inaanza kuwa kama jambo la kawaida kwa Maafisa wa Idara za Usalama wa Taifa za nchi hizo kuacha kazi serikalini na kujiunga na sekta binafsi. Ikumbukwe kuwa Maafisa hao wanaacha kazi serikalini na kujiunga na sekta binafsi wakiwa na uelewa vichwani mwao. ambao wanaweza kushawishika kuutumia kwa waajiri wao wapya na hiyo kuathiri shughuli za waajiri wa zamani.

Changamoto nyingine japo haihusiani moja kwa moja na ujasusi ni kushuka kwa imani kwa serikali mbalimbali duniani. Idara za Usalama wa Taifa ni taasisi za serikali hizo ambazo wananchi sehemu mbalimbali duniani wamepoteza imani kwao. Ikijumlishwa na "chuki iliyokuwepo kabla dhidi ya Idara za Usalama wa Taifa" katika nchi mbalimbali duniani, kushuka kwa imani dhidi ya serikali kunafanya utendaji kazi wa Idara za Usalama wa Taifa katika nchi mbalimbali, ikiwa ni pamoja na za majasusi, kuwa na changamoto kubwa.

Kuna changamoto nyingine ambayo japo imekuwepo kitambo, kushamiri kwake kunachangia mazingira magumu katika shughuli za ujasusi. Changamoto hii ni ugaidi. Kama ilivyoelezwa katika makala zilizopita, vikundi mbalimbali vya kigaidi sasa vina Idara zao za Usalama wa Taifa, ambazo zinajihusisha na operesheni za kijasusi pia.

Sasa japo mahusiano kati ya Idara ya Usalama wa Taifa ya nchi moja na ya nchi nyingine siku zote ni ya mashaka kama sio ya uadui kamili, kwenye ugaidi ni habari tofauti kabisa. Wakati kuna kanuni zisizo rasmi zinazofuatwa miongoni mwa Idara za Usalama wa Taifa, ikiwa ni pamoja na kutochukua hatua kali za papo hapo pindi jasusi wa nchi nyingine anapokamatwa, uwezekano wa kusalimika kwa jasusi aliyekamatwa na magaidi ni finyu mno.

Changamoto zinazoukabili ujasusi/zinazowakabili majasusi nchini Tanzania

Takriban changamoto zote zinazohusu ujasusi/majasusi duniani, zinaihusu Tanzania pia kwani nayo ipo duniani. Hata hivyo, baadhi ya changamoto kama maendeleo ya teknolojia ya kukusanya taarifa za kiintelijensia hayaigusi sana nchi hiyo kwa sababu kama ilivyo katika nchi nyingi za dunia ya tatu, maendeleo ya teknolojia sio tu ni ya "kusuasua" bali pia ni kama "anasa."

Hata hivyo changamoto hiyo inatoa fursa pia, ya kukumbatia teknolojia mpya. Baadhi ya majirani wa Tanzania, kama vile Rwanda, wamekuwa mstari wa mbele sio tu kununua teknolojia za kisasa bali pia kuvutia uwekezaji kwenye teknolojia hizo.

Changamoto nyingine kwa Tanzania ni ya kiuchumi. Kama moja ya nchi masikini zaidi duniani, nchi hiyo ya Afrika Mashariki inakabiliwa na mtihani mgumu wa aidha kuwekeza vya kutosha kwenye "matishio ya kufikirika" - kama yanayotanabaishwa na Idara ya Usalama wa Taifa ya nchi hiyo au kuwekeza kwa mahitaji halisi kama vile afya, elimu, barabara, nk.

Changamoto nyingine ni "kuingiza siasa kwenye taaluma ya intelijensia," wanaita politicisation of intelligence ambapo kwa kutambua nini viongozi wakuu wa chama tawala CCM wanataka kusikia, "taarifa nzuri" huwa mbadala wa "taarifa mbaya."

Pia kuna changamoto ya kuzalisha majasusi. Kama ilivyoelezwakwenye sura zilizopita, mchakato wa kumtengeneza jasusi ni mrefu na wenye gharama.

Lakini sambamba na hilo ni mfumo mbovu wa ajira katika Idara ya Usalama wa Taifa ambapo ajira zimekuwa zikitolewa kiupendeleo kwa ndugu, jamaa na marafiki.

Kutokana na wengi wao kuajiriwa bila kuwa na sifa stahili, sambamba na kupata "exception" ya mafunzo ya awali ya Uafisa wa Idara ya Usalama wa Taifa (JBC), uwezekano wa kuzalisha jasusi katika mazingira hayo ni sifuri.

Uhaba wa majasusi una athari kwenye counterintelligence na counterespionage pia, ambapo kwa kawaida majasusi walio nje ya nchi huweza kupata taarifa za kuwezesha kuwabaini majasusi wa kigeni waliopo ndani ya Tanzania.

Vilevile kuna changamoto ya majasusi wenye kifuniko rasmi - waambata kwenye balozi - wengi wao kupangiwa vituo vya kazi sio kutokana na umahiri wao katika ujasusi bali suala lile lile la kujuana.

Pia kuna changamoto ya ukosefu wa maadili ambayo inaweza kuwa inachangiwa na mfumo mbovu wa ajira. Baadhi ya Maafisa wa Idara ya Usalama wa Taifa wamekuwa wakijitangaza wenyewe kwenye mitandao ya kijamii, huku baadhi yao wakitumia vitambulisho vyao vya kazi "kutongozea" (ashakum si matusi). Tatizo hapo lina sura mbili hivi.

Kwanza itawawia vigumu huko mbeleni kufanya ujasusi nje ya nchi kwa sababu kimsingi utambulisho wao upo compromised.

Pili ni taarifa kutoka kwa baadhi ya Idara za Usalama wa Taifa za nchi jirani na Tanzania zikieleza kuwa baadhi ya Maafisa wa Idara hiyo wamekuwa wakishawishika kirahisi kuuza taarifa za kiintelijensia. Licha ya tamaa ya fedha, hii inachangiwa na ukosefu wa mafunzo bora sambamba na kutokuwa na uzalendo.

SURA YA KUMI NA TISA: Mashirika maarufu ya ujasusi duniani na majasusi maarufu duniani

Kumi bora ya mashirika ya ujasusi duniani?

Miongoni mwa maswali anayoulizwa sana mwandishi wa mfululizo wa makala hizi, ambaye aliwahi kuwa Afisa wa Idara ya Usalama wa Taifa ya Tanzania (TISS), pamoja na hili: Idara ya Usalama wa Taifa ya nchi gani ni bora kuliko zote?

Jibu fupi ni INATEGEMEA muuliza swali anamaanishi nini kwenye neno "bora kuliko zote."

Jibu refu ni kwamba ni vigumu mno kulinganisha taasisi ambazo msingi mkuu wa kazi zake ni usiri. Ili kuweza kulinganisha kati ya Idara ya Usalama wa nchi moja na nyingine, inalazimu kufahamu vigezo kama bajeti inayotengwa kwa taasisi husika, nguvukazi yake kwa maana ya idadi ya maafisa wake, kiwango cha teknolojia kinachotumiwa na taasisi husika katika ukusanyaji taarifa za kiusalama, aina ya matishio yanayoikabili nchi husika sambamba na kiwango chake, nk.

Kwa kuangalia vigezo hivyo vichache - na vipo vingi tu - ni wazi kwamba ni vigumu mno kulinganisha ubora katika ya Idara ya Usalama wa Taifa ya nchi moja na ya nchi nyingine.

Hata hivyo, moja ya kanuni isiyo rasmi katika kupima uimara wa Idara ya Usalama wa Taifa ni jinsi inavyomudu kukabiliana na matishio ya kiusalama yanayoikabili nchi husika.

Israeli vs Irani

Kwa mfano, Idara mbalimbali za Usalama wa Taifa za Israeli zimekuwa zikitajwa kuwa miongoni mwa imara kabisa duniani kutokana na matishio ambayo sio tu ni endelevu bali yale ambayo kwa Kiingereza wanaota "existential threats" yaani matishio yanayotishia uhai wa nchi husika.

Kwa Israeli, kuna nchi adui yake kama Irani ambayo haijawahi kuficha dhamira yake ya kuliangamiza taifa hilo la Kiyahudi. Na Israeli nayo haijawahi kuficha dhamira yake ya kuiteketeza Irani.

USA vs USSR

Kulikuwa na uadui Marekani (USA) dhidi ya Umoja wa Jamhuri za Kisoshalisti za Kisovieti (USSR) ulioanza kitambo lakini ulifikia hatua ya juu zaidi katika zama zilizofahamika kama Vita Baridi.

Uadui kati ya nchi hizo mbili ulivuka mipaka baina yao na kusambaa hadi nchi nyingine hasa ikizingatiwa kuwa uadui wao uliigawanya dunia kati ya mataifa ya kibepari na ya kikomunisti/kisoshalisti.

Baada ya kuvunjika kwa USSR, Vita Baridi ilififia kabla ya kuibuka tena hivi karibuni, ambapo kwa muda huu uhasama kati ya Marekani na Urusi ni wa kiwango cha juu.

USA vs Cuba

Uadui kati ya Marekani na Cuba umedumu kwa miaka mingi, na una asili yake katika uadui kati ya Marekani na "Urusi ya kale" yaani USSR. Lakini hata baada ya anguko la USSR, uadui kati ya Marekani na Cuba umeendelea kuwepo.

USA vs China

Uadui kati ya Marekani na China una misingi ya kiitikadi, kwamba Marekani ni nchi ya kibepari na China ni nchi ya kikomunisti. Na katika mafundisho ya ubepari, ukomunisti ni sawa na ushetani (communism is evil). Na kwa wakomunisti, ubepari ni unyama pia (capitalism is evil).

Uadui kati ya Marekani na China umepamba moto katika miaka ya hivi karibuni kulinganisha na ilivyokuwa miaka ya nyuma. Na maendeleo ya teknolojia yamechangia kuongezeka kwa uadui baina ya nchi hizo huku Marekani ikiituhumu China mara kwa mara kuwa imekuwa ikitumia teknolojia kufanya hujuma zake, tuhuma ambazo China pia imekuwa ikizitoa dhidi ya Marekani.

USA vs Irani

Uadui kati ya Marekani na Irani una angalau sura mbili hivi. Ya kwanza ni mtazamo wa kihistoria wa Irani kwa Marekani ni "nchi ya kishetani" kutokana na upinzani wake dhidi ya Mapinduzi ya Kiislamu ya mwaka 1979 yaliyoing'oa himaya ya Pahlavi ambayo kabla ya mapinduzi hayo ilikuwa ikiegemea mrengo wa nchi za Magharibi.

Sura ya pili ya uadui kati ya nchi hizi mbili ni uswahiba kati ya Marekani na Israeli ambayo ni adui mkubwa wa Irani.

Korea ya Kusini vs Korea ya Kaskazini

Nchi hizi mbili zina uadui mkubwa na kimsingi ni kama zipo vitani. Moja ya sababu za uadui wao ni tofauti za kiitikadi, ambapo wakati Korea ya Kaskazini ni nchi ya kikomunisti, Korea ya Kusini ni nchi ya kibepari.

Pakistani vs India

Pamoja na sababu nyingine, uadui kati ya nchi hizi umechangiwa zaidi na athari za ukoloni wa Uingereza hususan kuligawanya taifa lililokuwa likifahamika kama British India mwaka 1947. Pia kuna tofauti ya kidini ambayo pia ilichangiwa na mgawanyiko huo, uliopelekea taifa moja lenye idadi kubwa ya Wahindu ilhali jingine likiwa na idadi kubwa ya Waislamu.

Mpaka kati ya nchi hizo mbili ni miongoni mwa mipaka yenye ulinzi mkubwa mno duniani.

China vs Taiwani

Taiwani imekuwa ikijitawala tangu mwaka 1949 lakini China sio tu inaichukulia nchi hiyo kama jimbo lake bali pia imepania kuiunganisha nchi hiyo na China.

Kingine kinachochochea uadui ni sapoti ambayo Taiwani inapata kutoka kwa Marekani, ambayo ni adui mkubwa wa China.

Armenia vs Azabaijani

Mgogoro wa Nagorno-Karabakh ni mzozo wa kikabila na kieneo kati ya Armenia na Azabajani juu ya eneo linalozozaniwa la Nagorno-Karabakh, linalokaliwa zaidi na Waarmenia wa kabila, na wilaya saba zinazozunguka, zinazokaliwa zaidi na Waazabajani hadi kufukuzwa kwao katika miaka ya 1990 katika kipindi cha Waarmenia. kazi.

Israeli vs Palestina

Nchi hizi zina uadui mkubwa uliodumu kwa muda mrefu. Na uadui kati ya nchi hizi mbili umepelekea uadui wa muda mrefu kati ya nchi za Kiarabu dhidi ya Israeli ambayo inatafsiriwa kuwa inaikalia Palestina kimabavu.

Ukraine vs Urusi

Tofauti na inavyodhaniwa na wengi kuwa uadui kati ya nchi hizi mbili umeanza hivi karibuni kufuatia Urusi kuivamia Ukraine, ukweli ni kwamba uadui ulipamba moto mwaka

2014 baada ya Urusi kuteka eneo la Crimea la Ukraine na kuliweka chini ya himaya ya Urusi.

DRC vs Rwanda

Uadui kati ya Jamhuri ya Kidemokrasia ya Watu wa Kongo (DRC) na Rwanda umedumu kwa muda mrefu ambapo wakati DRC imekuwa ikiishutumu Rwanda kwa kusapoti ukosefu wa amani nchini humo, hususan kukiunga mkono kikundi cha M23 kinachopambana na majeshi ya DRC, Rwanda imekuwa ikiishutumu DRC kwa kuhifadhi vikundi vya waasi hususan cha FLDR.

Rwanda vs Uganda

Japo uhusiano kati ya nchi hizi mbili umeanza kuimarika, kwa muda mrefu Rwanda na Uganda zimekuwa kwenye uadui mkubwa, ambao baadhi ya wachambuzi wanauhusisha na maslahi ya nchi hiyo huko DRC.

Vikundi vya kigaidi vs takriban kila nchi duniani

Tishio la ugaidi limepelekea nchi mbalimbali duniani kuimarisha uwezo wa kijasusi kuzisaidia kupata taarifa dhidi ya vikundi vya kigaidi, ambavyo kwa kiasi kikubwa ni kama "adui asiyeonekana" (invisible enemy).

Lakini japo ujasusi ni shughuli hatari katika asili yake, kufanya ujasusi dhidi ya vikundi vya ugaidi ni shughuli hatari zaidi kwa sababu tofauti na ujasusi kati ya nchi na nchi ambao mara nyingi unaongozwa na "kanuni zisizo rasmi" ikiwa ni pamoja na matumizi ya diplomasia, vikundi vya kigaidi havina huruma hata chembe hasa ikizingatiwa kuwa silaha muhimu inayotumiwa ni mashambulizi ya kujitoa mhanga. Ni dhahiri kwamba watu wasiothmani uhai wao wenyewe hawawezi kujali kuhusu uhai wa maadui zao.

Kiintelijensia, kila nchi ni adui wa nchi nyingine

Wakati kiintelijensia, kila nchi ni adui wa nchi nyingine, uadui uliotajwa hapo huu umechangia kuzifanya Idara za Usalama za nchi hizo kujiimarisha zaidi hasa kwa kuzingatia kanuni isiyo rasmi ya intelijensia kuwa kipimo cha uimara wa Idara ya Usalama wa Taifa ya nchi yoyote ile ni jinsi inavyokabiliana na matishio dhidi ya nchi hiyo.

Sasa nchi inapokuwa na adui halisi, na si adui mtarajiwa (ambaye kimsingi ni kila nchi nyingine) inakuwa lazima iimarishe Idara yake/zake ya/za Usalama wa Taifa.

Lakini kama ilivyoelezwa katika makala za awali, ili nchi iwe katika nafasi nzuri ya kujilinda dhidi ya adui ni lazima ijibidiishe kupata taarifa za adui huyo. Na njia kuu ya kupata taarifa hizo ni kwa kufanya ujasusi.

Hata hivyo, kama ilivyoelezwa huko nyuma, wakati nchi A inafanya ujasusi dhidi ya nchi B, nchi B nayo inafanya ujasusi dhidi ya nchi A. Kimsingi, takriban nchi zite duniani hufanyiana ujasusi, japo kuna tofauti kati ya nchi zenye urafiki na/au zisizo na uadui.

Kwahiyo, jitihada za kufanya ujasusi kwenye nchi nyingine zinapaswa pia kuambatana na jitihada za kukabiliana na majasusi kutoka nchi nyingine (counterintelligence au counterespionage).

Mashirika maarufu ya ujasusi duniani

Japo kama ilivyotanabaishwa awali, ni vigumu kutaja kwa hakika Idara ya Usalama zilizo bora zaidi kuliko nyingine duniani, yayumkinika kutaja mashirika kadhaa ya ujasusi ambayo angalau yanafahamika kutokana na baadhi ya opereshemi zao kufahamika, au pengine kubwa zaidi, uwazi japo kidogo unaohusiana na uwepo wa mashirika hayo.

Ikumbukwe kuwa katika nchi nyingi tu duniani, hususan barani Afrika, uwepo wa Idara za Usalama wa Taifa ni suala lisilozungumzika, na hadi miaka ya hivi karibuni, baadhi ya nchi ziliashiria kutokuwepo kwa taasisi hizo angalau kinadharia.

Kwa Tanzania, mwandishi wa kitabu hiki amekuwa Mtanzania wa kwanza kuufahamisha umma kuhusu Idara ya Usalama wa Taifa (TISS), na jitihada zake zimewasaidia Watanzania wengi kuifahamu taasisi hiyo nyeti.

Kwa minajili ya makala hizi, baadhi ya mashirika ya ujasusi maarufu zaidi duniani ni kama ifuatavyo

Marekani: wakati shirika la ujasusi ni CIA, mashirika mengine maarufu ya ushushushu ni FBI inayohusika na usalama wa taifa wa ndani na NSA inayohusika na kunasa mawasiliano. Kwa ujumla, Marekani ina Idara za Usalama wa Taifa 18.

Urusi: Shirika la ujasusi ni SVR ilhali shirika la ushushushu wa ndani ni FSB. Pia kuna GRU ambayo japo kimsingi inahusika na intelijensia ya kijeshi, inafahamika kwa umahiri wake kwenye operesheni za kudhuru watu nchi za nje.

Israeli: Shirika la ujasusi ni Mossad ilhali shirika linaloshughulikia ushushushu wa ndani ni Shin Bet. Israeli ina taasisi nyingine za ushushushu lakini maarufu zaidi ni hizo mbili.

Uingereza: Shirika la ujasusi ni MI6 ilhali shirika la ushushushu wa ndani ni MI5. Pia kuna shirika la ushushushu la GCHQ linalohusika na kunasa mawasiliano. Kadhalika kuna taasisi nyingine kadhaa zinazohusika na usalama wa taifa.

China: Wakati Wizara ya Usalama wa Taifa (MSS) yenye jukumu la ujasusi na ushushushu wa ndani ndio yenye kufahamika zaidi, kuna taasisi nyingine kadhaa za intelijensia nchini humo.

Ujerumani: Shirika la ujasusi ni BND ilhali shirika la ushushushu wa ndani ni BfV. Hata hivyo, nchi hiyo ina Idara kadhaa za Usalama wa Taifa.

Ufaransa: Shirika la ujasusi ni DGSE ilhali shirika la ushushushu wa ndani ni DGSI. Hata hivyo, Ufaransa ina mashirika kadhaa ya ushushushu japo maarufu zaidi ni hayo mawili.

Kanada: licha ya kuwa na Idara za Usalama wa Taifa kadhaa, iliyo maarufu zaidi ni CSIS inayohusika na ushushushu wa ndani na ujasusi nje ya nchi.

Uturuki: Idara ya Usalama wa Taifa (MIT) ina jukumu la ujasusi na ushushushu wa ndani.

Korea ya Kaskazini: Wizara ya Usalama wa Taifa (MSS) ni moja ya Idara za Usalama wa Taifa za nchi hii inayofanya mambo yake kwa usiri mkubwa.

Korea ya Kusini: NIS ni moja ya Idara za Usalama wa Taifa, ambayo ina majukumu ya ujasusi na ushushushu wa ndani.

Irani: Mamlaka ya usalama wa Taifa ipo chini ya Wizara ya Usalama wa Taifa inayofahamika kama VAJA. Hata hivyo, kuna taasisi nyingine kadhaa za ushushushu.

India: shirika la ujasusi linafahamika kama Research & Analysis Wing kwa kifupi RAW au R&AW. Hata hivyo, nchi hiyo ina taasisi kadhaa za ushushushu.

Pakistani: Shirika la ujasusi la Inter-Services Intelligence (ISI) inayohusika na ushushushu wa ndani na ujasusi nje ya nchi ni moja ya taasisi kadhaa za intelijensia nchini humo.

Cuba: Dirección de Inteligencia maarufu kama G2 inahusika na ushushushu wa ndani pamoja na ujasusi nje ya nchi.

Australia: shirika la ujasusi ni ASIO ilhali shirika la ushushushu wa ndani ni ASIS. Pia kuna taasisi kadhaa za usalama wa taifa.

Afrika

Tanzania: Idara ya Usalama wa Taifa (TISS) ina jukumu la ushushushu wa ndani na ujasusi (kupitia Kurugenzi ya Nje - DEO)

Rwanda: Idara ya Usalama wa Taifa (NISS) ina jukumu na ushushushu wa ndani na ujasusi. Inaaminika kuwa NISS ni miongoni mwa idara za usalama wa taifa chache barani Afrika lenye "stesheni" nje ya nchi.

DRC: Idara ya Usalama wa Taifa IRN inahusika na ushushushu wa ndani na ujasusi.

Uganda: ESO ni shirika la ujasusi ilhali ISO ni shirika la ushushushu wa ndani. Pia kuna CMI ambayo inahusika na intelijensia ya jeshi lakini inafahamika zaidi kwa kutesa wapinzani wa serikali.

Kenya: NIS ni Idara ya Usalama wa Taifa yenye majukumu ya ushushushu wa ndani na ujasusi nje ya nchi.

Misri: Mukhabarat inayofahamika pia kama GIS ina jukumu la ushushushu wa ndani na ujasusi nje ya nchi.

Afrika ya Kusini: SSA ni shirika la ushushushu wa ndani na ujasusi nje ya nchi.

Somalia: Idara ya Usalama wa Taifa (NISA) yenye jukumu la ushushushu wa ndani na ujasusi nje ya nchi ni moja ya Idara za Usalama wa Taifa zinazopambana ana kwa ana dhidi ya "adui asiyeonekana," kikundi cha kigaidi cha Al-Shabaab.

Majasusi maarufu duniani

Kama ilivyo ngumu kutanabaisha kwa hakika orodha ya mashirika bora ya ujasusi duniani ndivyo ilivyo vigumu kutanabaisha majina ya majasusi bora duniani, kwa sababu kama ambavyo Idara za Usalama wa Taifa duniani kote hufanya shughuli zake kwa siri, majasusi nao hufanya kazi zao kwa usiri mkubwa.

Hata hivyo, kuna majina kadhaa ya majasusi wa zamani yanayofahamika kwa sababu moja au nyingine. Miongoni mwao ni

Mata Hari (1876-1917) alizaliwa huko Uholanzi. Baada ya changamoto kadhaa za maisha, Mata Hari alikua mnenguaji kwenye vilabu huko Ufaransa, ambapo wakati wa Vita Kuu ya Kwanza ya Dunia alikubali kufanya ujasusi kwa ajili ya Ufaransa. Hata hivyo, baadaye alishutumiwa kwa kufichua siri muhimu kwa Wajerumani na alikaribia kuuawa. Hata hivyo, baada ya kifo chake, ilikuja kufahamika kuwa hakuwahi kutoa siri yoyote.

Rudolf Abel (1903-1971) Rudolf Ivanovich Abel alizaliwa Uingereza lakini alihamia Urusi mwaka wa 1921. Abel alijiunga na ujasusi wa Soviet mwaka 1948, aliingia Marekani kinyume cha sheria na kuchukua makazi huko Brooklyn kama mpiga picha. Alitumia vifaa vya redio vya masafa mafupi. Mnamo 1957, alikamatwa na FBI na kupatikana na hatia ya ujasusi. Mwaka 1962, Marekani na USSR zilibadilishana "wafungwa", na Rudolph na rubani wa upelelezi wa Marekani Francis Gary Powers walinufaika na hilo. Aliporudi USSR, Rudolph alikaribishwa kishujaa. Hadithi yake inaelezewa katika filamu *"Bridge of Spies."*

Kim Philby (1912-1988) Philby alianza kuwa mkomunisti alipokuwa mwanafunzi katika Chuo Kikuu cha Cambridge katika miaka ya 1930. Baadaye aliajiriwa na MI6 kama jasusi. Baadaye alianza kutoa taarifa kwa USSR na hatimaye alifukuzwa kutoka MI6 mnamo 1955, akawa mwandishi wa habari, na mwishowe akahamia Umoja wa Kisovieti, ambapo alijiunga na KGB.

Aldrich "Rick" Ames (Alizaliwa 1941) Ames alikuwa mmoja wa wasaliti waliosababisha madhara makubwa zaidi katika historia ya CIA, kulingana na CIA yenyewe. Ames alianza kufanya kazi katika shirika hilo mwaka wa 1962. Kadri muda ulivyokwenda alijikuta akihitaji fedha zaidi ili kumudu maisha yake ya anasa kupindukia, na mwaka wa 1985, alijitolea kuuza siri kwa KGB. Majasusi wa CIA nchini USSR walipoanza kufahamika na hatimaye kufungwa/kuuawa kwa kasi, CIA ilianzisha uchunguzi na FBI na hatimaye kumkamata Ames mwaka 1994. Anatumikia kifungo cha maisha bila msamaha.

Robert Hanssen (Alizaliwa 1944 na kufariki Juni mwaka huu). Hanssen anachukuliwa kuwa msaliti aliyefanya madhara makubwa zaidi katika historia ya FBI. Hanssen aliwapa Wasovieti raarifa zikiwemo majina ya majasusi wa Kisoveti waliokuwa wakiitumikia Marekani kwa siri kubwa, maelezo mahususi kuhusu operesheni za nyuklia za Amerika, na kuwepo kwa handaki iliyojengwa na FBI chini ya Ubalozi wa Soviet huko Washington. Alikamatwa mwaka wa 2001, baada ya afisa wa zamani wa KGB kuifahamisha FBI. Alihukumiwa Hanssen kifungo cha maisha jela bila uwezekano wa kuachiliwa huru kabla ya kufariki mwaka huu.

Ana Montes (Alizaliwa 1957). Montes alikuwa akifanya kazi katika Idara ya Sheria huko Washington, D.C., na baadaye aliajiriwa kama jasusi wa Cuba. Mnamo 1985, Montes alituma maombi ya kufanya kazi kwa Shirika la Intelijensia ya Ulinzi, n akapanda cheo hadi kuwa mchambuzi mkuu wa masuala yanayohusu Cuba. FBI ilimkamata mwaka 2001. Alikiri makosa na akapata kifungo cha miaka 25 jela mwaka wa 2002 kabla ya kuachiwa huru mwaka huu.

Alexander Litvinenko (1962-2006). Sio maisha yake, bali kifo chake ndio kilichofanya jina lake kusikika sana. Afisa huyo wa zamani wa KGB wa Sovieti na FSB wa Urusi ambaye alihamia Uingereza alikuwa mkosoaji wa utawala wa Putin. Aliwekewa sumu ya polonium-210 yenye mionzi mnamo Novemba 1, 2006. Inaaminika alikunywa kikombe cha chai iliyokuwa na sumu hiyo alipokutana na wauaji wake katika baa huko London. Litvinenko aliugua usiku huo na kulazwa hospitalini siku tatu baadaye. Alikufa mnamo Novemba 23, 2006.

Edward Snowden (Alizaliwa 1983). Baadhi ya watu wanakataa kumtaja Snowden kuwa ni jasusi lakini hakuna ubishi kuwa Snowden alivujisha maelfu ya nyaraka za siri za shirika la ushushushu la Marekani linalohusika na kunasa mawasiliano NSA. Snowden alivujisha nyaraka hizo kwa vyombo vya habari mwaka 2013, baada ya kukimbilia Hong Kong. Baada ya kubatilishwa pasipoti yake na kuepusha mashtaka yanayohusiana na ujasusi, Snowden kwa sasa anaishi nchini Urusi.

Anna Chapman ni wakala wa majengo New York, shughuli aliyotumia kuficha utambulisho wake kama jasusi wa Urusi. Alikamatwa na FBI Juni 2010 baada ya kukaribia kumnasa kiongozi mmoja katika utawala wa Rais Barack Obama. Anna alinusurika kifungo baada ya kuwa miongoni mwa "wafungwa" waliokuwa sehemu ya kubadilishana wafungwa kati ya Marekani na Urusi.

www.ingramcontent.com/pod-product-compliance
Lightning Source LLC
Chambersburg PA
CBHW052051220426
43663CB00012B/2524